சினிமா துணுக்குகள்

பாஸ்கர்ராஜ்

சத்யா

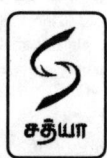

Title
Cinema Thunukkukal
BaskarRaj
ISBN: 978-93-6666-816-1

Title Code : Sathyaa - 153

நூல் தலைப்பு
சினிமா துணுக்குகள்

நூல் ஆசிரியர்
பாஸ்கர்ராஜ்

முதற்பதிப்பு
மே 2025

விலை : ₹ 125

பக்கம் : 87

Printed in India
Published by

Sathyaa Enterprises
No.134, First Floor,
Choolaimedu high road, Choolaimedu,
Chennai - 600 094.
044 - 4507 4203, +91 9080529054

Email
sathyaabooks@gmail.com

- 1970ம் ஆண்டு சேலம் அங்கார் தியேட்டரில் எம்.ஜி.ஆர் நடித்த 'என் அண்ணன்' என்ற படத்திற்கு அவருக்காக வைக்கப்பட்ட கட் அவுட்டின் உயரம் எவ்வளவு தெரியுமா? 110 அடிகள் கொண்ட இந்த கட்-அவுட் அடிக்க 70 கிலோ ஆணிகள் பயன் பட்டதாம் - இது ஒரு வரலாறு.

- மாடர்ன் தியேட்டர்ஸ் தயாரிப்பில் 1956ம் ஆண்டு எம்.ஜி.ஆர் நடித்த அலிபாபாவும் 40 திருடர்களும் என்ற படம் தான் தமிழில் தயாரித்த முதல் வண்ணப்படம் கேவா கலரில் எடுத்து பம்பாயில் பிராஸஸ் செய்யப்பட்டது. எம்.ஜி.ஆர். தான் முதல் கலர் பட கதாநாயகன்.

- எம்.ஜி.ஆர் ரோடு சிவக்குமார் சேர்ந்து நடித்த படம் இரண்டு ஒன்று 'காவல்காரன்' மற்றொன்று 'இதயவீனை' 'என் அண்ணன்' படத்தில் நடிக்க வேண்டியது உயர்ந்த மனிதன் படத்தில் நடித்துக் கொண்டிருந்ததால் நடிக்க முடியாமல் போனது.

❖ எம்.ஜி.ஆர் - வி.கே. ராமசாமியும் சேர்ந்து நடித்த முதல் படம் மாடர்ன் தியேட்டர்ஸ் தயாரித்த 'சர்வாதிகாரி' என்ற படம். அதன் பின் தேவர் பிலிம்ஸ் படங்கள் முழுவதும் எம்.ஜி.ஆர் வுடன் வி.கே.ஆர் நடித்தார். அதன்பின் 'காவல்காரன்' என்ற படத்திலிருந்து இருவருக்குமிடையில் நல்ல நட்பு உருவானது. எம்.ஜி.ஆர் கட்சி ஆரம்பித்தவுடன் அதில் இணைய ஆசைப் பட்டார். வி.கே.ஆர் ஆனால் அதை வேண்டாமென்று மறுத்து விட்டார் எம்.ஜி.ஆர்.

❖ ஒரு நாள் நடிகர் பிரபு எம்.ஜி.ஆர் அவர்களை சந்தித்தார். அவரைப் பார்த்த எம்.ஜி.ஆர் 'நீ ரொம்ப நாள் கழிச்சு என்னை சந்திக்கறே. இந்த பேனாவை என் நினைவா வச்சுக்கோ' என்று தன்னுடைய தங்கப் பேனாவை பிரபுவிற்கு கொடுத்தாராம் எம்.ஜி.ஆர்.

❖ அறிஞர் அண்ணா அவர்களின் இறுதி ஊர்வலத்தில் சுமார் 30 லட்சம் பேர் நேரில் வந்து கலந்து கொண்டனர். ஆனால் எம்.ஜி.ஆர் அவர்களின் இறுதி ஊர்வலத்தில் அதைவிட அதிக மானோர் கலந்து கொண்டார்கள் என்று ஒரு கணக்கு சொல்கிறார்கள்.

❖ எம்.ஜி.ஆர் டீ, காபி அருந்த மாட்டார். அதே போல் வெள்ளிக் கிழமைகளில் கண்டிப்பாக அசைவ உணவு சாப்பிட மாட்டார். காரணம் அவர் தெய்வமாக மதிக்கும் அவரது தாயார் சத்யபாமா அவர்கள் வெள்ளிக்கிழமை அன்றுதான் இறந்ததால் அந்நாளில் அவர் அசைவம் சாப்பிடுவதில்லை. அதே போல் தினமும் உணவில் கீரையை சேர்த்துக் கொள்ள வேண்டும் என்பார்.

❖ 1956ம் ஆண்டு வெளிவந்த 'மதுரை வீரன்' என்ற படம் 10 லட்ச ரூபாயில் எடுக்கப்பட்டு, ஒரு கோடி ரூபாய் வசூல் செய்த படம். இந்த படம் தான் எம்.ஜி.ஆருக்கு நட்சத்திர அந்தஸ்தை உயர்த்திய படம். ஒரு கோடி ரூபாயை வசூலில் தொட்ட முதல் படமும் இதுதான். எம்.ஜி.ஆரின் முதல் வெள்ளிவிழா படமும் இதுதான். திரையிட்ட அத்தனை தியேட்டர்களிலும் 100

நாட்களைத் தாண்டி ஓடிய படமும் இதுதான். மதுரை சிந்தாமணி தியேட்டரில் 200 நாட்கள் ஓடி மாபெரும் வெற்றி பெற்ற படம். இந்த படத்தில் இருந்துதான் எம்.ஜி.ஆரை வசூல் சக்ரவர்த்தி என்று அழைக்க ஆரம்பித்தது திரையுலகம்.

❖ பழம்பெரும் இயக்குனர் ஏ.பி நாகராஜன் அவர்கள் ஸ்கிரிப்ட் எழுதும் போது பென்சிலால் தான் எழுதுவார். அதே போல் இயக்குநர்கள் மணிரத்னம், பாலு மகேந்திராவும் பென்சிலைத் தான் பயன்படுத்துவார்கள். இயக்குனர் மகேந்திரன், வசன கர்த்தா ஏ.எல். நாராயணன் இவர்கள் கலர் ஸ்கெட்ச் பென்னில் தான் எழுதுவார்கள்.

❖ அந்த காலத்தில் மிக அதிகமான சம்பளம் ரூபாய் 1 லட்சம் வாங்கிய நடிகை கே.பி. சுந்தரம்பாள் அதற்கடுத்து தங்கவேலு லட்ச ரூபாய் வாங்கினார். அந்த சம்பளம் வாங்கிய படம் 'பாக்கியவதி' அதற்கடுத்து ஜே.பி. சந்திரபாபு வாங்கினார். இவர்கள் சிவாஜி, எம்.ஜி.ஆருக்கு முன்பே அந்த சம்பளத்தை வாங்கினார்.

❖ வீனஸ் ஸ்டூடியோவின் முதல் பெயர் 'ஷோபனா சலாஸ்' என்பது 1941 ல் மிஸாபூர் மகாராஜா தான் அதை நிறுவினார். 1955 ல் அந்த ஸ்டூடியோ அவரிடமிருந்து கைமாறியது.

❖ 1971-ம் வருடம் எம்.ஜி.ஆர் நடித்த 'நீரும் நெருப்பும்' என்ற படம் சிவகங்கை அமுதா தியேட்டரில் ஓடிக் கொண்டிருக்க அப்பொழுது நிறைமாத கர்ப்பிணியான அவருடைய ரசிகை ஒருவர் படம் பார்க்க வர, தியேட்டரிலேயே அவருக்கு பிரசவ வலி வந்து அங்கேயே குழந்தை பிறந்து விட்டது. இதை கேள்விப்பட்ட எம்.ஜி.ஆர் அந்த பெண்ணுக்கு 5000 ரூபாயை அன்பளிப்பாக அனுப்பி வைத்தார். 1971-ல் 5000 என்றால் இன்று அதன் மதிப்பு எவ்வளவு என்று பாருங்கள்.

❖ எம்.ஜி.ஆர் வுடன் சரோஜா தேவி கதாநாயகியாக சேர்ந்து நடித்த மொத்த படங்களின் எண்ணிக்கை -26 சிவாஜியுடன் சேர்ந்து நடித்த படங்களின் எண்ணிக்கை - 22 ஆகும்.

* எம்.ஜி.ஆர் சரோஜா தேவி நடித்த 'பணக்கார குடும்பம்' என்ற படத்தில் 'இதுவரை நீங்கள் பார்த்த பார்வை இதற்காகதானே' என்ற டூயட் பாடல் காலை 7.00 மணிக்கு ஆரம்பித்து 1 மணிக்குள் எடுத்து முடிக்கப்பட்டது.

* புலவர் புலமைப்பித்தன் அவர்களால் நான் யார் நான் யார்... நீ யார்? என்ற பாடல் எம்.ஜி.ஆர் நடித்த 'குடியிருந்த கோயில்' என்ற படத்திற்காக 1968 ஆம் ஆண்டு எழுதப்பட்டது. இது தான் அவர் எழுதிய முதல் பாடல்.

* 'அடிமைப்பெண்' என்ற படத்தில் எம்.ஜி.ஆர் நடிக்கும் 'ஆயிரம் நிலவே வா' என்ற பாடல் தான் எஸ்.பி. பாலசுப்ரமணியன் எம்.ஜி.ஆருக்காக பாடிய முதல் பாடல்.

* எம்.எஸ். சுப்புலட்சுமி 'மீரா' படத்தில் பாடிய 'காற்றினிலே வரும் கீதம்' 'ஞான சௌந்தரி' படத்தில் அருள் தரும் தேவ மாதாவே 'அறிவாளி' படத்தில் 'அறிவுக்கு விருந்தாகும் திருக்குறளே' சந்திரபாபு பாடிய 'கோவா மாம்பழமே, மல்கோவா மாம்பழமே' நாகூர் அனிபா பாடிய 'இறைவனிடம் கையேந்துங்கள்' போன்ற பாடல்களுக்கு இசையமைத்தவர் எஸ்.வி. வெங்கட்ராமன் அவர்கள். நட்சத்திர இசையமைப்பாளர் என்ற பெருமையைப் பெற்றவர்.

* சிவாஜி கணேசன் நடித்த படத்தில் 'A' சர்டிபிகேட் வாங்கிய ஒரே படம் 'கவரிமான்' - என்ற படம். இது 1979 ஆம் ஆண்டில் எஸ்.பி. முத்துராமன் இயக்கத்தில் வந்தது. இதற்கு முன்பே 1951ல் வெளிவந்த எம்.ஜி.ஆர் நடித்த 'மர்மயோகி' என்ற படத்திற்கு 'A' சர்டிபிகேட் கொடுக்கப்பட்டது.

* 'தேவர் மகன்' - என்ற படத்தில் நடித்த சிவாஜி கணேசனுக்கு சிறந்த துணை நடிகருக்கான விருது கிடைத்தது. "இந்த உப்பு சப்பில்லாத விருதை ஏற்கக் கூடாது" என்று கமல் ஆவேசம் அடைந்து அதை தடுத்துள்ளார். அதற்கு பின்தான் அவருக்கு 'தாதா சாஹேப் பால்கே' விருது கிடைத்தது.

❖ சிவாஜிக்கு பல விருதுகள் கிடைத்திருந்தாலும் மத்திய அரசின் தேசிய விருது கிடைக்கவில்லை என்பது தான் ஆச்சரியம். சிவாஜியை போலவே அந்த கால நடிகர்களில் அங்கீகரிக்கப் படாதவர் என்றால் அது முத்துராமன் அவர்களே. அவர் படங்கள் பல வெள்ளி விழா கண்டாலும் அப்போதைய அரசு தேசிய விருதுக்காக பரிந்துரைக்கு கூட உத்தரவிடவில்லை. அவருக்கு தேசிய விருதும் கொடுக்கப்படவில்லை.

❖ உலகம் சுற்றும் வாலிபனுக்கு முன்பாக எம்.ஜி.ஆர் அவர்கள் 'இணைந்த கைகள்' என்ற பிரம்மாண்டமான படத்தை நடித்து, தயாரித்து இயக்கினார். அப்படத்திற்காக மூன்று பாடல்கள் பதிவு செய்யப்பட்டது. தான் நினைத்தபடி அப்படம் வராத தால் அதை கைவிட்டார். எம்.ஜி.ஆர் அதிலிருந்து 'நிலவு ஒரு பெண்ணாகி', 'அவளொரு நவரச நாடகம்' என்ற பாடல் உலகம் சுற்றும் வாலிபன் என்ற படத்திலும் 'கொஞ்ச நேரம் என்னை மறந்தேன்' என்ற பாடல் வேறொரு படத்திலும் பயன் படுத்தினார்.

❖ நாகேஷ் நடித்த முதல் படம் முக்தா சீனிவாசனின் 'தாமரைக் குளம்' - என்ற படமாகும். நெஞ்சில் ஓர் ஆலயம் மிகப்பெரிய திருப்பு முனையைத் தந்தது.

❖ வெற்றிப்பட இயக்குனர் ஸ்ரீதர் அவர்கள் இயக்கிய கடைசி படம் 'தந்துவிட்டேன் என்னை' - என்ற படம் இதில் 'சீயான் விக்ரம்' கதாநாயகனாக அறிமுகமானார். டைட்டிலை மாற்றுங்கள் என்று கவிஞர் வாலி சொல்ல, அதை ஸ்ரீதர் அவர்கள் ஏற்கவில்லை. படமும் தோல்வி அடைந்தது. அத்துடன் ஸ்ரீதரின் இயக்கப் பயணமும் முடிவடைந்து விட்டது.

❖ ஆசியாவின் மிகப்பெரிய திரையரங்கம் என்று அறியப்பட்ட மதுரை தங்கம் திரையரங்கில் முதல் முதலில் திரையிட்ட படம் சிவாஜி நடித்த 'பராசக்தி' இது அங்கு 100 நாட்களுக்கு மேல் ஓடி சாதனை படைத்தது. மதுரை 'சிட்டி சினிமா'வில் 126

நாட்கள் ஓடியது. சென்னையில் பாரகன், அசோக், பாரத் போன்ற திரையரங்குகளில் 100 நாட்களும். சிலோனில் 40 வாரங்கள் வரை ஓடி சரித்திரம் படைத்தது.

❖ தனது நண்பரான பஞ்சு அருணாசலத்திற்கு ஒரு படம் பண்ணி தர வேண்டுமென்று நினைத்த ரஜினி இயக்குநர் எஸ்.பி.முத்து ராமனிடம் "நான் 15 நாட்கள் தருகிறேன். என்னை கௌரவ வேடத்தில் நடிக்க வைத்து ஒரு படம் எடுக்க முடியுமா? என்று கேட்க அதற்கு எஸ்.பி.எம்., மேலும் ஒரு 10 நாட்கள் கொடுங்கள். முழுப் படத்திலும் நீங்களே கதாநாயகனாக இருக்கும் படி படத்தை எடுத்துத் தருகிறேன்" என்று கூற ரஜினி கொடுத்த 25 நாட்களில் 23 நாட்களை மட்டுமே பயன்படுத்தி எடுத்தாராம் எஸ்.பி.எம். அந்த படம் தான் குரு - சிஷ்யன்.

❖ எம்.ஜி.ஆர் தான் நடிக்கும் காலத்தில் அதிகபட்சமாக வாங்கிய சம்பளம் 12 லட்சம். 'மதுரையை மீட்ட சுந்தரபாண்டியன்' என்ற படத்திற்காக வாங்கினார். சிவாஜி அதிக பட்சமாக வாங்கிய சம்பளம் 25 லட்சம் 'படையப்பா' படத்திற்காக வாங்கினார்.

❖ 'சபாஷ் மீனா' - என்ற படத்தில் சிவாஜி வாங்குவதை விட ஒரு ரூபாய் அதிக சம்பளம் கேட்டாராம் சந்திரபாபு. இதை கேள்வி பட்ட சிவாஜி "அவன் என்ன சம்பளம் கேட்கிறானோ கொடுத்து விடுங்கள் - அவன் நடிப்பு தான் இந்தப் படத்தில் பேசப்படும்" என்றாராம் - படத்தில் சிவாஜிக்கு ஜோடி புதுமுகம் மாலினி - ஆனால்! சந்திரபாபுவுக்கு ஜோடி சரோஜாதேவி - அந்த அளவுக்கு அந்த படத்தில் சந்திரபாபுவுக்கு முக்கியத்துவம் கொடுக்கப்பட்டதாம்.

❖ 'குலமா குணமா' - என்ற படத்தில் சிவாஜிக்கு தம்பியாக ஜெய்சங்கர் நடித்தார். அன்று ஜெய்சங்கர் பெரிய ஹீரோவாக இருந்ததால் தன் காலில் விழும் காட்சியை மாற்றி எழுதச் சொன்னாராம் சிவாஜி கே.எஸ்.ஜி யும் மாற்றி எழுத அதை கேள்விப்பட்ட ஜெய்சங்கர் உங்கள் காலில் விழமாட்டேன்

என்று நான் சொன்னேனா உங்கள் காலில் விழுவது என் பாக்கியம் என்று கூற சிவாஜி நெகிழ்ந்து போனாராம்.

❖ நடிகர் முத்துராமன் சினிமாவில் நுழைந்து 10 வருடங்களுக்குப் பிறகுதான் லட்ச ரூபாய் சம்பளம் வாங்கினாராம். ஜெயலலிதா வுடன் 'திருமாங்கல்யம்' என்ற படத்தில் நடித்ததற்கு வாங்கிய சம்பளம் 1 லட்சம். அதுவரை பல படங்களில் நடித்திருந்தாலும் சம்பளம் வெறும் ஆயிரங்களில் மட்டும் தான் இருந்ததாம்.

❖ 'ராஜசேகர்' என்ற படத்தில் தான் எம்.ஆர். ராதா முதன் முதலாக நடித்தார். இதில் ஏற்பட்ட சிறிய விபத்தினால் திரைப்படமே நமக்கு வேண்டாம் என்று மறுபடியும் நாடக உலகிற்குச் சென்று பின் 14 வருடங்கள் கழித்து தான் 'ரத்தக் கண்ணீர்' படத்தில் நடித்தார்.

❖ 86 வருடங்களாக மதுரை சென்ட்ரல் தியேட்டர் இன்று வரை (2022) இயங்கி வருகிறது. இன்னும் ஃபிலிம் சுருளை பயன் படுத்தும் நகரத்தின் கடைசி திரையரங்கமாக இது இருக்கிறது. அக்காலத்தில் 2 படங்கள் தான் ரிலீஸ் ஆகுமாம். காரணம் ரிலீஸ் செய்யும் படங்கள் வெள்ளி விழா வரை ஓடுமாம்.

❖ 'காதலிக்க நேரமில்லை' படத்தில் வரும் 'அனுபவம் புதுமை' - என்ற பாடலில் முதலில் நடித்தவர் வெண்ணிற ஆடை நிர்மலா. அவர் முகத்தில் பாவனைகள் சரியாக வராததால் அவரை நீக்கி விட்டு அந்தப் பாடலில் ராஜஸ்ரீயை நடிக்க வைத்து படமாக்கினார் இயக்குனர் ஸ்ரீதர் அவர்கள்.

❖ அவளுக்கு நிகர் அவள் - என்ற படத்தை வெண்ணிற ஆடை நிர்மலா தயாரித்தார்.

❖ எம்.ஜி.ஆரின் நெருங்கிய நண்பர் யார் தெரியுமா? அவர் தான் எம்.என்.நம்பியார் அவர்கள். திரைப்படங்களில் தனக்கு எதிரியாக நடிக்கும் நம்பியார் தான் அவருடைய மிக நெருங்கிய நண்பர் என்பது அறியாத உண்மை. அவருடைய பல முடிவுகள் சில முக்கிய மாணவர்களுடைய சந்திப்புகள் எல்லாம்

நம்பியார் வீட்டில் வைத்து பேசிதான் முடிவெடுக்கப்படும். எம்.ஜி.ஆர். இல்லாமல் நம்பியார் வீட்டில் எந்த விசேஷமும் நடந்ததில்லை. நம்பியாரின் திருமணத்தில் எம்.ஜி.ஆர் தான் மாப்பிள்ளை தோழர்.

❖ சிவாஜி படங்கள் வந்து கொண்டிருந்த காலத்தில் சில காரணங்களினால் தொடர்ச்சியாக 11 படங்கள் தோல்வி அடைந்தன. அதன் பின் 1979 ஆம் ஆண்டு கே.விஜயன் இயக்கத்தில் வெளியான 'திரிசூலம்' மிகப்பெரிய வெற்றி கண்டு 1973- ல்வெளிவந்த சூப்பர்ஹிட் படமான 'உலகம் சுற்றும் வாலிபன்' பட வசூலை முறியடித்து சாதனை படைத்தது. இது சிவாஜியின் 200-வது படம் என்பது குறிப்பிடத்தக்கது.

❖ ஆரம்ப காலங்களில் எம்.ஜி.ஆர் படத்தில் நடித்துக் கொண்டிருக்கும்போது வால்டாக்ஸ் ரோடில் குடியிருந்தார். அப்போது கொத்தாளச் சாவடியில் கைதேர்ந்த சிலம்பு மாஸ்டரிடம் உண்மையாகவே சிலம்பம், மற்றும் வாள்வீச்சு கற்றுக் கொண்டாராம். இதற்காக சில ஆங்கில படங்களை தன்னுடைய ராமாபுரம் வீட்டில் தினமும் போட்டு பார்த்து பயிற்சி கொள்வாராம்.

❖ 1977 ஆம் ஆண்டு எம்.ஜி.ஆர் முதன் முதலாக ஆட்சி பொறுப்பு ஏற்கும் போது அவரை வரவேற்க 20 லட்சம் தொண்டர்கள் கூடியிருந்தார்கள். இதுவரை அப்படி ஒரு கூட்டத்தை தமிழ்நாடு மட்டுமின்றி உலகமே பார்த்ததில்லை. இது ஒரு வரலாறு.

❖ இயக்குனர் ஸ்ரீதர் அவர்களை தாயரிப்பாளராக்கியவர் சிவாஜி அவர்கள். 'அமர தீபம்' என்ற கதையைச் சொல்லி அட்வான்ஸ் தர கூட காசில்லை என்று சொன்ன ஸ்ரீதருக்கு அந்தப் படத்தில் நடித்துக் கொடுத்தார். அதுதான் ஸ்ரீதர் தன் நண்பர்களான வீனஸ் கே. கிருஷ்ணமூர்த்தி, கோவிந்தராஜன் அவர்களுடன் இணைந்து தயாரித்த முதல் படம். படத்தில் முதல் டைட்டில் கார்டு கதை வசனம் ஸ்ரீதர் என்று வரும். அதற்கு பிறகு தான்

நடிகர்கள் பெயர்கள் வரும். இதையடுத்து 'உத்தமபுத்திரன்', 'கல்யாணப்பரிசு' போன்ற படங்களைத் தயாரித்தார்.

* ரஜினி, கமல், ஸ்ரீதேவி நடித்து கே. பாலச்சந்தர் இயக்கிய மூன்று முடிச்சு என்ற படத்தின் கதாசிரியர் கே.விஸ்வநாத் அவர்கள் இவர் சங்கரா பரணம் என்ற படத்தை இயக்கியவர். இது முதலில் தெலுங்கில் வந்து, பின் மலையாளத்தில் வந்து அதன் பின் தமிழில் எடுக்கப்பட்டது.

* பல வெற்றிப் படங்களைத் தந்த இயக்குனர்கள் கிருஷ்ணன் - பஞ்சு அவர்கள் எம்.ஜி. ஆர் ஐ வைத்து முதன் முதலில் இயக்கிய படம் 'பெற்றால் தான் பிள்ளையா!'

* நாடோடி மன்னன், கல்யாணப் பரிசு, பாகப் பிரிவினை என 3 வெள்ளி விழாப் படங்களின் வெற்றியால் ஒரே நாளில் 30 படங்களில் ஒப்பந்தமானார் சரோஜாதேவி.

* 'நெஞ்சில் ஓர் ஆலயம்' என்ற படத்தில் முதலில் ஒப்பந்தம் செய்யப்பட்டவர் விஜயகுமாரி அவர்கள். படப்பிடிப்பு தொடங்குவதற்கு முன் எஸ்.எஸ்.ஆர் அந்தக் கதையை கேட்க வேண்டுமென்று சொன்னதால் எஸ்.எஸ்.ஆருக்கு கதை சொல்ல மறுத்து விஜயகுமாரியையே மாற்றிவிட்டு தேவிகாவை நடிக்க வைத்தவர் ஸ்ரீதர் அவர்கள்.

* 1962 ஆம் ஆண்டு தமிழ்தேசியக் கட்சியின் சார்பில் திருக்கோஷ்டியூர் என்ற தொகுதியில் போட்டியிட்டார் கண்ணதாசன் அவர்கள். அந்த தேர்தலில் பம்பரமாகச் சுழன்று பிரசாரம் செய்தும் அவர் தோல்வி அடைந்தார். அந்த சூழலில் மனவேதனையில் எழுதிய பாடல் தான் "புத்தியுள்ள மனித ரெல்லாம் வெற்றி காண்பதில்லை. வெற்றி பெற்ற மனித ரெல்லாம் புத்திசாலி இல்லை" - என்ற பாடல்.

* ஒரு நடிகருக்கு ஒரு நாட்டின் பிரதமரே அவருடைய ரசிகர் மன்றத்தை திறந்து வைத்த பெருமை எம்.ஜி.ஆருக்கு மட்டுமே சேரும். 1965-ம் ஆண்டு அந்தமான் நிக்கோபார் தீவில்

'பணத்தோட்டம்' என்ற எம்.ஜி.ஆர் ரசிகர் மன்றத்தை அன்றைய பிரதமர் லால்பகதூர் சாஸ்திரி அவர்களை திறந்து வைக்கச் சொல்லி எம்.ஜி.ஆர் ரசிகர்கள் கேட்டுக் கொண்டதால், ரசிகர்களின் விருப்பத்தை ஏற்று சாஸ்திரி மன்றத்தை திறந்து வைத்தார்.

❖ எம்.ஜி.ஆர் ஜெயலலிதா நடித்த 'ஒளி விளக்கு' என்ற படத்தில் சௌகார் ஜானகியும் நடித்துள்ளார். ஆனால் டைட்டில் கார்டில் சீனியர் நடிகையான சௌகார் ஜானகியின் பெயரை ஜெயலலிதா பெயருக்கு அடுத்ததாகப் போட்டார்கள். இது ஜெயலலிதா சொல்லி செய்த வேலை என்று தெரிந்து கொண்ட சௌகார் ஜெயலலிதாவுடன் 40 வருடங்கள் பேசாமல் இருந்தாராம்.

❖ சிவாஜியும், பத்மினியும் கிட்டத்தட்ட இணைந்து 39 படங்கள் நடித்துள்ளனர். முதன் முதலில் இவர்கள் ஜோடி சேர்ந்த படம் 'பணம்' - இது சிவாஜிக்கு 2-வது படமாகும். இந்த ஜோடிதான் தமிழ்த் திரையுலகில் அதிகமான படங்களில் நடித்த ஜோடி என்பது வரலாறு.

❖ நடிகர் சோவும், ஜெய்சங்கரும் ஒன்றாக கல்லூரியில் படித் தார்கள். அதனால் தான் சோ நாடகங்களில் நடிக்க ஜெய் சங்கருக்கு வாய்ப்பு கிடைத்தது.

❖ சிவாஜி, எம்.ஜி.ஆர், ஜெமினி நடிக்க வந்த காலத்தில் மூவரில் முதன் முதலில் வெள்ளிவிழா படம் கொடுத்தவர் ஜெமினிதான். படம்: 'கல்யாணப் பரிசு' இந்தப் படம் வந்து பல ஆண்டுகள் ஆன பின்னர் தான் சிவாஜிக்கு ஒரு 'பாச மலரும்' எம்.ஜி.ஆருக்கு 'எங்க வீட்டுப் பிள்ளையும்' வெள்ளி விழா கண்டன.

❖ இதுவரை திரையுலகில் பாடல் எழுத வந்த பாடலாசிரியர்களின் எண்ணிக்கை 760 (2022 வரை) என்று திரைச் செய்திகள் சொல்லுகின்றன.

❖ நகைச்சுவை நடிகை மனோரமா கதாநாயகியாக நடித்த ஒரே படம் - 'கொஞ்சும் குமரி' - 1963 ல் வெளியான இந்தப் படத்தை மாடர்ன் தியேட்டர்ஸ் தயாரிக்க, ஜீ.விஸ்வநாதன் என்பவர் இயக்கினார். படத்தில் ஆர்.எஸ். மனோகர் கதாநாயகனாக நடிக்க, 'அல்லி' என்ற பாத்திரத்தில் மனோரமா கதாநாயகியாக நடித்தார்.

❖ தயாரிப்பாளருக்கு முதல் படம், இயக்குனருக்கு முதல் படம், கதாநாயகிக்கு முதல் படம், மூவரும் பணிபுரிந்த அந்தப் படம் பாதியிலேயே நின்றுவிட்டது. அதன் பின் அந்த படம் மீண்டும் தயாரிக்கப்பட்டு வெளிவந்து தேசிய விருது பெற்றது. படம்: 'முதலாளி' இயக்குனர்: முக்தா சீனிவாசன். கதாநாயகி: தேவிகா, கதாநாயகன் எஸ்.எஸ். ராஜேந்திரன், தயாரிப்பாளர்: எச்.எம். வேலு.

❖ நடிகை தேவிகாவின் கணவர் இயக்குனர் எஸ்.எஸ். தேவ தாஸின் தந்தை தயாரித்த படம் 'அசோக்குமார்'. இதில் கதாநாயகன் எம்.கே. தியாகராஜ பாகவதர். இதில் எம்.ஜி.ஆர் சிறியவேடத்தில் நடித்திருப்பார்.

❖ டி.ஆர். சுந்தரம் என்றாலே கண்டிப்பானவர் என்பது திரை யுலகம் அறிந்த விஷயம். அலிபாபாவும் 40 திருடர்களும் என்ற படத்தில் எம்.ஜி.ஆர் பானுமதி நடிக்க இருந்த ஒரு பாடல் காட்சிக்கு எம்.ஜி.ஆர் கால்ஷீட் தர தாமதித்ததால் அவருக்காக காத்திராமல் டூப் போட்டு அந்தப் பாட்டை எடுத்த முடித் தாராம் சுந்தரம் அவர்கள். விஷயம் அறிந்த எம்.ஜி. ஆர் அந்தப் பாடலைப் பார்த்துவிட்டு இனி மாடர்ன் தியேட்டர்ஸுக்கு படம் பண்ணக்கூடாது என்று முடிவு செய்தாராம்.

❖ மணிரத்னம் இயக்கிய 'தளபதி' என்ற படத்தில் நடிக்க மறுத்தா ராம் மம்மூட்டி. "தமிழ் ரசிகர்களிடம் ரீச்சாக வேண்டு மென்றால் இப்படத்தில் நடிக்க வேண்டும்" என்று அவரின் நண்பரும் மலையாள இயக்குனருமான திரு. ஜோஷி அவர்கள் அட்வைஸ் செய்ய, அதன் பிறகே நடிக்க ஒப்புக் கொண்டா ராம்.

❖ சிவாஜியின் சாந்தி தியேட்டர் ஆரம்பித்து அதில் பல படங்கள் ரிலீஸ் ஆனாலும் சிவாஜி, தேவிகா நடித்த 'பாவ மன்னிப்பு' என்ற படம் தான் வெள்ளிவிழா படமாக ஓடிய படம் முதல் படம்.

❖ எம்.ஜி.ஆர் நடித்த படங்களின் மொத்த எண்ணிக்கை 136 அதில் 117 படங்களில் நேரடி கதாநாயகனாக நடித்துள்ளார்.

❖ சிவாஜியின் முதல் படமான 'பராசக்தி' 1952ல் வெளியானது. 100-வது படமான 'நவராத்திரி' 1964ல் வெளியானது. 12 வருடங்களில் 100 படங்களில் நடித்து சாதனைப் படைத்தார் சிவாஜி. ஏ.பி. நாகராஜன் இந்தப் படத்தை தயாரித்து இயக்கினார். இது அவருடைய 3வது படமாகம். அற்புதம், இரக்கம், பயம், கோபம், சாந்தம், சிங்காரம், வெறுப்பு, வீரம், ஆனந்தம் என நவரசங்களையும் ஒன்பது பாத்திரங்களாக படைத்தார் ஏ.பி.என். அவர்கள்.

❖ 'காசேதான் கடவுளடா' என்ற படத்தின் மாபெரும் வெற்றி தேங்காய் சீனிவாசனின் நடிப்பால் தான் என்று நினைத்த ஏ.வி.எம். செட்டியார் அதற்காக தேங்காய் சீனிவாசனுக்கு தியேட்டர் வாசலில் ஒரு பெரிய கட்-அவுட் வைத்தாராம். இதைப் பார்த்த படத்தின் கதாநாயகன் கோபத்துடன் இயக்குனர் சித்ராலயா கோபுவிடம் வந்து படத்தின் ஹீரோ நான் ஆனால்! காமெடியனுக்கு கட்-அவுட் வைத்துள்ளீர்கள் இது என்ன அநியாயம் என்று சண்டை போட்டாராம். இது செட்டியாரின் வேலை என்று இயக்குனர் தப்பித்துக் கொண்டாராம்.

❖ 1952-ல் வெளியான பராசக்தி படத்திற்கு வசனம் எழுதியவர் கலைஞர் என்பது அனைவருக்கும் தெரியும். ஆனால்! வசனம் எழுதும்போது அவருடைய வயது 28 என்பது எத்தனை பேருக்குத் தெரியும்.

❖ நடிகர் கே. பாலாஜி தயாரித்த 'ராஜா' என்ற படத்தில் சந்திரபாபு 3 வேடங்களில் நடித்திருப்பார். அதே பாலாஜி தயாரித்து

சிவாஜி நடித்த ‘நீதி’ என்ற படம் தான் சந்திரபாபு நடித்து வெளியான கடைசி படம்.

❖ நடிகை ஸ்ரீவித்யா சிறு வயதிலிருந்தே குழந்தை நட்சத்திரமாக பல படங்களில் நடித்து, பின் கதாநாயகியானவர். இவர் திருமணம் செய்து பின் விவாகரத்து பெற்றார். அதன் பின் புற்றுநோயால் உயிரிழந்தார். இவர் சொந்தமாக முதியோர் களுக்கான இல்லத்தை ஆரம்பித்து அதில் தான் சம்பாதித்த பணத்தை தானமாக அளித்துள்ளார்.

❖ ‘ராஜகுமாரி’ என்ற படம் தான் எம்.ஜி.ஆர் கதாநாயகனாக நடித்த முதல் படம். அந்தப் படத்தில் இவருக்கு முதன் முதலில் பின்னணி பாடியவர் எம்.எம். மாரியப்பா என்பவர். நம்பியாருக்கு திருச்சி லோகநாதன் பாடினார். இந்த இருவரும் தான் முதல் பின்னணி பாடகர் என்ற பெருமையைப் பெற்ற வர்கள்.

❖ ‘காதலிக்க நேரமில்லை’ என்ற படத்தை இந்தியில் ‘பியார் கியாஜா’ தெலுங்கில் ‘பிரேம்மிஞ்சி சூடு’ என்று ரிமேக் செய்தார் ஸ்ரீதர். 3 படத்திலயும் ராஜஸ்ரீயே நடித்தார். தமிழில் வெ.ஆடை நிர்மலா நடித்து, இந்தியில் குமுத் சக்கானி என்ற நடிகைகள் நடித்து ஸ்ரீதருக்கு அது திருப்தியில்லாததால் ராஜஸ்ரீயையே நடிக்க வைத்தாராம்.

❖ ஒரு வீட்டில் திருடன் ஒருவன் வந்தான். நகை, பணம் திருட அல்ல. பசியின் கொடுமையில் சாப்பாட்டை திருடி சாப்பிட்டான். அவனுக்கு டிரைவர் வேலையை தந்து, தன் வீட்டு கஜானா சாவியைத் தந்தார் என்.எஸ். கிருஷ்ணன் அவர்கள்.

❖ தேவிகா நடித்த ‘பிரசிடென்ட் பஞ்சாட்சரம்’ என்ற நாடகத்தைப் பார்த்த ஏ.வி.எம். அவர்கள் தேவிகாவை தங்கள் நிறுவனத்திற்காக 3 படங்களுக்கு ஒப்பந்தம் செய்தார். ‘களத்தூர் கண்ணம்மா’, ‘சகோதரி’, ‘பாவ மன்னிப்பு’ என்ற

படத்தில் நடித்தார். களத்தூர் கண்ணம்மாவில் 2,500 ரூ, சகோதரியில் 3,500 ரூ, பாவமன்னிப்பில் 4,500 ரூபாயை சம்பளமாகப் பெற்றார்.

❖ உலக திரைப்பட வரலாற்றில் முதல் பேசும் படமாக வந்த படம் - 'ஜாஸ் சிங்கர்' - வருஷம் - 1927.

❖ 'சட்டம் என் கையில்' (1978) என்ற படத்தில் முதல் முறையாக கமல் நாயகனாக இருவேடம் ஏற்று நடித்துள்ளார். இந்தப் படத்தில் தான் நடிகர் சத்யராஜ் அறிமுகமானார். இயக்கம் டி.என். பாலு.

❖ 'பட்டிக்காட்டு ராஜா' (1974) என்ற படத்தில் சிவகுமார் வில்லனாகவும், நாயகனாகவும் இருவேடம் ஏற்று நடித்துள்ளார்.

❖ ஒரு காலத்தில் சிவாஜி வாங்கிய சம்பளத்தை விட அதிகமான சம்பளம் வாங்கிய நடிகை சாவித்திரி தான் அதன் பின் வாங்கியவர் பத்மினி அவர்கள்.

❖ பெங்களூரில் வெள்ளிவிழா கொண்டாடிய கமலின் 8 படங்கள்: 1. மரோசரித்திரா பெங்களூர் கல்பனா தியேட்டரில் 693 நாட்கள் (தெலுங்கில்) சென்னை சபையரில் 500 நாட்கள். 2. சிகப்பு ரோஜாக்கள் - 175 நாட்கள், 3. சனம் தேரிகசம் (இந்தி) 175 நாட்கள். 4. சாகர சங்கமம் (தெலுங்கு) 175 நாட்கள். 5.சுவாதி முத்யம் - தெலுங்கு 175 நாட்கள் 6. நாயகன் 175 நாட்கள். 7. புஷ்பக விமானம் (தெலுங்கு) 175 நாட்கள். 8. அபூர்வ சகோதரர்கள் - 175 நாட்கள்.

❖ எம்.ஜி.ஆர் ஒரு நடிகையுடன் மட்டும் ஜோடியாக நடிக்க மாட்டேன் என்று மறுத்தார். அவர் தான் விஜயகுமாரி அவர்கள். என் தம்பியின் மனைவியுடன் நான் ஜோடியாக நடிக்கக் கூடாது என்று மறுத்தார்.

❖ கலைஞரின் வசனத்தில் 'பூம்புகார்' படத்தில் நடித்த விஜயகுமாரி

அவர் வசனத்திற்காகவே வேறு சில படத்திலும் நடித்தார். பூமாலை, அவன் பித்தனா? காஞ்சித் தலைவன், பிள்ளையோ பிள்ளை, போன்றவைகளாகும்.

* சினிமாவில் நடிக்க எம்.ஜி.ஆர் அழைத்தும் வர மறுத்த நாட்டிய மங்கை யார் தெரிமா? அவர்தான் பத்மா சுப்ரமணியம் அவர்கள். இவர் தமிழ்த்திரையுலகின் மூத்த இயக்குனரான திரு சுப்ரமணியம் அவர்களின் மகளாவார்.

* பாவமன்னிப்பு பட விளம்பரத்திற்காக ஜப்பானில் இருந்து ஒரு ராட்சத பலூனை வரவழைத்தனர். அதை சாந்தி தியேட்டருக்கு மேல் பறக்க விட்டனர். அந்த பலூனில் ஏ.வி.எம் என்று எழுதி யிருக்க, வால் பகுதியில் பாவமன்னிப்பு என்ற எழுத்துக்கள் இருந்தன. அன்று அதை மக்கள் அண்ணாந்து ஆச்சரியத்துடன் பார்த்தனர்.

* தமிழ்த்திரையுலகில் 6 ஹீரோக்களுடன் நடித்த ஒரே நடிகை யார் தெரியுமா? அவர்தான் ஸ்ரீதேவி. எம்.ஜி.ஆர், சிவாஜி, ரஜினி, கமல், அஜித், விஜய் இவர்களுடன் நடித்து சாதனை படைத்த ஒரே நடிகை ஸ்ரீதேவி மட்டும்தான்.

* பிரபல நடிகை ஸ்ரீதேவி குழந்தை நட்சத்திரமாக அறிமுகமான முதல் படம் தேவர் பிலிம்ஸ் தயாரித்த 'துணைவன்' என்ற படம்.

* 'கற்பூரம்' என்ற ஏ.வி.எம். ராஜன் நடித்த அவரது சொந்த நாடகம் பின்னாளில் திரைப்படமானது. இந்தப் படத்தில் சிறந்த நடிகருக்கான தேசிய விருது ஏ.வி.எம். ராஜனுக்கு கிடைத்தது.

* 1952 ல் வெளியாகி வெள்ளிவிழா கண்ட படம் சிவாஜியின் 'பராசக்தி' 16 வருடங்கள் கழித்து 1968ல் மறுபடியும் திரையிடப் பட்டு அப்போதும் 100 நாட்கள் ஓடியது. இதேபோல் மறுபடியும் ரிலீஸ் செய்து 100 நாட்கள் ஓடிய படங்கள் 'கர்ணன்', 'திருமால் பெருமை' போன்றவைகளாகும்.

* எம்.ஜி.ஆர், சிவாஜி, எம்.ஜி. சக்ரபாணி, எம்.ஆர். ராதா, எம்.கே. ராதா, வி.கே. ராமசாமி, தங்கவேலு இவர்கள் எல்லாம் ஒரு காலத்தில் யதார்த்தம் பொன்னுசாமி பிள்ளை நாடகக்குழுவில் நடித்த நடிகர் என்பது குறிப்பிடத்தக்கது.

* நடிகையர் திலகம் சாவித்திரி தன்னுடைய 30 வருட சினிமா வாழ்க்கையில் மொத்தம் 252 படங்களில் நடித்துள்ளார். தன்னுடைய 46-வது வயதில் 19 மாதங்கள் கோமாவில் இருந்து 1981 ஆம் ஆண்டு மறைந்தார்.

* தமிழ்த் திரையுலகின் முன்னோடிகளில் ஒருவரான தயாரிப்பாளர் திரு. சாமிக்கண்ணு வின்சென்ட் என்பவரின் பெயர்த்தி ஷீலாவை தான் நடிகர் சந்திரபாபு திருமணம் செய்தார்.

* தமிழ்த் திரையுலக வரலாற்றில் முதல் வெள்ளிவிழா கண்ட படம் தியாகராஜ பாகவதர் நடித்து, கே. சுப்ரமணியம் இயக்கிய படம் 'பவளக் கொடி' - 1934ல் இப்படம் 275 நாட்கள் ஓடியது. இதில் பாகவதருக்கு சம்பளம் 4,000 ரூ, கதாநாயகி எஸ்.டி. சுப்பு லட்சுமிக்கு சம்பளம் 2,500 ரூ, இயக்குனருக்கு இது முதல் படம். இதில் 50 பாடல்கள், அதில் 22 பாடல்களை பாகவதர் பாடினார். இசை - பாபநாசம் சிவன்.

* மேஜர் சுந்தர்ராஜன் நடித்து தேவர் தயாரித்த 'தெய்வச் செயல்' என்ற படம் படுதோல்வி அடைந்தது. அதே கதையை இந்தியில் ராஜேஷ் கண்ணாவை ஹீரோவாக போட்டு 'ஹாத்தி மேரா சாத்தி' என்று எடுத்து பெரும் வெற்றி பெற்றார். பின் அதே படத்தை எம்.ஜி.ஆர்-ஐ வைத்து 'நல்ல நேரம்' என்று எடுத்து பெரும் வெற்றி கண்டார்.

* காஞ்சனா, ரவிச்சந்திரன், வெ.ஆடை நிர்மலாவைப் போட்டு 10 நாட்கள் படப்பிடிப்பு நடத்தி, தான் நினைத்தது போல் வரவில்லை என்று படத்தை டிராப் செய்து விட்டு, அதன் பிறகு வெ.ஆடை. நிர்மலாவை மாற்றி விட்டு ராஜஸ்ரீயைப் போட்டு மீண்டும் எடுத்த வெற்றிப் படம் தான் 'காதலிக்க நேரமில்லை'.

- ❖ எம்.ஜி.ஆர் உடன் ஜெயலலிதா முதன் முதலில் ஜோடியாக நடித்த படம் 'ஆயிரத்தில் ஒருவன்' என்றுதான் அனைவருக்கும் தெரியும். ஆனால்! இந்தப் படத்திற்கு முன்பே 1965 ஆம் ஆண்டு தேவர் ஃபிலிம்ஸின் 'கன்னித்தாய்' என்ற படத்தில் எம்.ஜி.ஆரும், ஜெயலலிதாவும் இணைந்து நடித்து விட்டனர். ஆனால்! படம் ரிலீஸ் ஆக தாமதமாகி விட்டது. 'கன்னித்தாய்' படத்திற்கு முன்பே 'ஆயிரத்தில் ஒருவன்' ரிலீஸ் ஆனதால் அதுதான் இருவரும் நடித்த முதல் படம் என்றாகிவிட்டது.

- ❖ 1959ல் சிவாஜி, சரோஜா நடித்த 'பாகப்பிரிவினை' என்ற படம் மதுரை சிந்தாமணி தியேட்டரில் 31 வாரங்கள் ஓடியது. இப் படத்திற்கு மிகச் சிறந்த படம் என்று மத்திய அரசின் வெள்ளிப் பதக்கம் கிடைத்தது.

- ❖ வீனஸ் பிக்சர்ஸில் இருந்து வெளியே வந்து 'சித்ராலயா' என்ற சொந்த நிறுவனத்தை தொடங்கினார் ஸ்ரீதர். அந்த நிறுவனத்தில் முதல் படமாக எடுத்தது 'தேன் நிலவு' - என்ற படம். இப்படம் மொத்தம் காஷ்மீரில் 35 நாட்கள் படமாக்கப்பட்டது. அதனால் நடிகர்கள் அனைவரையும் தங்கள் குடும்பத்துடன் வரும்படி சொன்னாராம் ஸ்ரீதர் அவர்கள். அதன்படி அனைவரும் குடும்பத்துடன் வந்தனர்.

- ❖ ரத்தக்கண்ணீர் படத்தின் இயக்குனர் கிருஷ்ணன் - பஞ்சு கேமராமேன் ஆர்.ஆர். சந்திரன் ஷீட்டிங் சமயத்தில் எம்.ஆர் ராதாவிற்கு நடிக்கும் விதத்தை சொல்லிக் கொடுப்பார்கள். ஒருமுறை மார்க்கை விட்டு தள்ளி போய் ராதா நிற்க அப்படிப் போனால் ஃபோகஸ் மாறிடும். படம் வராது என்று கேமராமேன் கூற, உடனே ராதா கோபத்துடன் என் நடிப்பை படம் பிடிக்கிறது உன் கேமரா வேலை. கேமராவுக்கு ஏத்த மாதிரி என்னால நடிக்க முடியாது. நீ வேணும்னா அதுக்குத் தகுந்த மாதிரி என் பின்னாடி வா என்று கூற வேற வழியின்றி அதையே செய்தாராம் கேமராமேன்.

- ❖ 1965 ஆம் ஆண்டு எம்.ஜி.ஆர் நடித்த ஆயிரத்தின் ஒருவன் என்ற படம் மிகப்பெரிய வெற்றி பெற்றது. 150 நாட்களுக்கு மேல்

ஓடியது. அதே படம் மறுபடியும் 2014-ல் ரிலீஸ் செய்யப்பட்டு 190 நாட்கள் ஓடியது என்பது வரலாறு.

❖ இந்தியாவில் முதல் பேசும் படம் - 'ஆலம் ஆரா' - இந்தி - வருஷம் 1930.

❖ குழந்தை நட்சத்திரமாக அறிமுகமானதிலிருந்து தற்போது வரை 62 ஆண்டுகளில் 233 படங்களில் நடித்துள்ளார் கமல் (2022 வரை)

❖ சிவாஜி நடித்த உத்தமபுத்திரன் என்ற படத்தில் ஹீரோவும் சிவாஜியே, வில்லனும் சிவாஜியே, படத்தில் இருவரும் சண்டை போடும் காட்சி ரசிகர்களிடம் எடுபடாமல் போனதால் படம் வெற்றி அடையவில்லை என்று ஆர். எம். விருப்பன் எம்.ஜி.ஆரிடம் சொல்ல தன்னுடைய நாடோடி மன்னன் படத்தில் அதே போல் ஹீரோ எம்.ஜி.ஆரும், வில்லன் எம்.ஜி.ஆரும் சண்டையிடுவதாக இருந்த காட்சியை உடனே மாற்றி நம்பியாருடன் சண்டையிடுவதாக மாற்றி அமைத்தாராம் எம்.ஜி.ஆர் படம் மிகப் பெரிய வெற்றியைப் பெற்றது.

❖ 'பாவமன்னிப்பு' என்ற படத்தில் கண்ணதாசன் எழுதி 'வந்த நாள் முதல் இந்த நாள் வரை' - என்ற பாடல் அவரே பாட வேண்டுமென்று ஆசைப்பட்டாராம். ஆனால்! எம்.எஸ்.வி யோ உங்களுக்கு வந்த பாடல் ஆசையால் உங்கள் புகழை நீங்களே கெடுத்துக் கொள்ள வேண்டாமென மறுத்தாராம். கண்ணதாசனும் அதனை புரிந்து கொண்டாராம்.

❖ தமிழ் சினிமாவில் திரை இசைக்காவியங்களை படைத்த எம்.எஸ்.வியும், கண்ணதாசனும் இரு கண்கள். தமிழ் சினிமாவின் சகாப்தங்களான இவர்கள் இருவரும் ஒரே நாளில் பிறந்தவர்கள் என்பது அதிசயம்.

❖ நடிகை பத்மினி கடைசியாக நடித்த படம் 'பூவே பூச்சூடவா'. பாசில் இயக்க நதியாவுடன் நடித்தார்.

❖ கேரளாவைப் சேர்ந்த நாட்டியப் பேரொளி பத்மினி அவர்களின் தாய்மொழி மலையாளம் என்றாலும், இவர் முதன் முதலில் நடித்த படம் இந்தியில் வெளியான 'கல்பனா' என்ற படம். தமிழில் என்.எஸ்.கே தயாரித்த 'மணமகள் தேவை' என்ற படம் தான் அவரது முதல் படம்.

❖ 1958 ஆம் ஆண்டு எம்.ஜி.ஆர் நடித்து, தயாரித்து, இயக்கிய 'நாடோடி மன்னன்' என்ற படம் தான் இதுவரை அதிக நீளமான படம் என்ற ரிக்கார்டை வைத்துள்ளது. இதைவிட அதிகமாக இதுவரை எந்த படமும் வரவில்லை என்பது வரலாறு. படத்தின் நீளம் எவ்வளவு தெரியுமா? 3 மணி 45 நிமிடங்கள்.

❖ மூத்த நடிகர் திரு. டி.எஸ். துரைராஜ் அவர்கள் இயக்கி, தயாரித்த 'பானை பிடித்தவள் பாக்கியசாலி' என்ற படத்தில் டி.கே. ந்தர வாத்தியார் என்பவர் எழுதிய 'புருஷன் வீட்டில் வாழப்போறே பொண்ணே' என்ற பாடல் 64 ஆண்டுகள் கடந்தும் இன்றும் கல்யாண வீடுகளில் ஒலித்துக் கொண்டிருப்பதின் காரணம் மாமியார் வீட்டிற்குப் போகும் புதுப்பெண் எப்படி இருக்க வேண்டும் என்று அறிவுரை கூறுவதாக அமைந்த பாடல் என்பதால்.

❖ நடிகை 'படாபட்' ஜெயலட்சுமி தமிழில் அவள் ஒரு தொடர் கதை என்ற படத்தில் அறிமுகமாகி முள்ளும், மலரும், காளி உள்பட பல படங்களில் நடித்தார். மன அழுத்தத்தால் இவர் தற்கொலை செய்து கொண்டார். இவர் சம்பாதித்த அனைத்து பணத்தையும் திருப்பதி தேவஸ்தானத்திற்கு தானமாக எழுதி வைத்து விட்டார்.

❖ எம்.ஜி.ஆர் நடித்த 'நாளை நமதே' என்ற படத்திற்கு முதலில் இசையமைக்க மறுத்தாராம் எம்.எஸ்.வி. ஏன்? என்று எம்.ஜி.ஆர் தொலைபேசியில் கேட்டதற்கு, உங்கள் தலையீடு தான் காரணம் என்றாராம் எம்.எஸ்.வி "சரி நேரில் வந்து பேசு" என்று எம்.ஜி.ஆர் கூற நேரில் சென்ற எம்.எஸ்.வி ஒன்றும் பேச முடியாமல் அட்வான்ஸ் பெற்றுக் கொண்டு வேலையை ஆரம்பித்தாராம்.

❖ 'ஆட்டுக்கார அலமேலு' என்ற படத்திற்கு என்ன டைட்டில் வைக்கலாம் என்று யோசித்துக் கொண்டிருந்த தேவர் 'மாட்டுக்கார வேலன்' போஸ்டரைப் பார்த்ததும் 'ஆட்டுக்கார அலமேலு' என்று வைத்தாராம். படத்தில் நடித்த ஸ்ரீ பிரியாவின் நிஜப்பெயரும் அலமேலுதான். படம் சக்கைப் போட்டு போட்டு வெள்ளி விழா கொண்டாடியது.

❖ பணப்பிரச்சனையில் தவித்து கலங்கிக் கொண்டிருந்த வி.கே. ராமசாமிக்கு ஒரு படம் பண்ண நினைத்தார் சிவாஜி. உடனே கே.எஸ்.ஜி யை அழைத்து "நம்ம ராமசாமிக்காக ஒரு படம் பண்ணலாம்னு இருக்கேன், ரொம்ப சிக்கனமா, சீக்கிரமே முடிக்கிற மாதிரி இருக்கணும். உடனே ஆரம்பிங்க" என்று சொல்ல, அப்படி உருவான படம் தான் 'செல்வம்' இது 1966-நவம்பர் 11-ந் தேதி வெளியாகி வெற்றி கண்டது. ஏனோ தெரியவில்லை இதில் வி.கே.ஆர் நடிக்கவில்லை.

❖ சந்திரபாபு, மனோரமாவும் இணைந்து நடித்த முதல் படம் "போலீஸ்காரன் மகள்" இந்தப் படத்தை இயக்கியவர் ஸ்ரீதர் அவர்கள்.

❖ சிவாஜி நடித்த கறுப்பு வெள்ளைத் திரைப்படங்களல் ஒரு கோடி வசூலித்த ஒரே திரைப்படம் 'பட்டிக்காடா பட்டணமா' மதுரையில் முதலில் 5 லட்சம் வசூலித்த திரைப்படமும் இதுதான். அங்கு ஷிப்டிங் முறையில் ஒரு வருடம் ஓடியது. மதுரையில் ஷிப்டிங் முறையில் ஓடிய முதல் படமும் இதுவே.

❖ சிவாஜிக்கு 28 படங்கள், அதே போல் எம்.ஜி.ஆருக்கும் 28 படங்கள் என இருவருக்கும் மொத்தம் 46 படங்களுக்கு வசனம் எழுதிய ஒரே வசனகர்த்தா அருள்தாஸ் அவர்கள். இவரது ரெக்கார்டை யாரும் இதுவரை முறியடிக்கவில்லை.

❖ 1965 ஆம் ஆண்டு 'காக்கும் கரங்கள்' என்ற படத்தில் அறிமுக மான சிவகுமார் 190 படங்களில் நடித்துள்ளார். இதில் கதா நாயகனாக கொஞ்சம் படங்கள் தான் நடித்துள்ளார். ஒரு 20 படங்கள் வரை தான் வெற்றி பெற்றுள்ளது.

- எம்.ஜி.ஆர் நடித்த ஒரே வேற்று மொழி திரைப்படம் 'ஜெனோவா' என்ற திரைப்படம் தான். மலையாளத்தில் உருவான இப்படம் 1953 ஆம் ஆண்டு வெளியானது.

- எம்.ஜி.ஆர் மொத்தம் 17 திரைப்படங்களில் இரட்டை வேடங்களில் நடித்திருக்கிறார்.

- தமிழில் முதல் பேசும் படம் 'காளிதாஸ்' - 1931 (3 மொழிகள் பாடல் - வசனங்கள் இருக்கும்) முழு நீள தமிழ் வசனங்கள் கொண்ட பேசும் படம் 'பவளக்கொடி' (1931)

- நாடகங்களில் பிஸியாக இருந்த எம்.ஆர். ராதாவை ரத்தக் கண்ணீர் படத்தில் ஹுரோவாக ஒப்பந்தம் செய்து 1950-ல் ஷுட்டிங் செய்தார்கள் கிருஷ்ணன் - பஞ்சு அவர்கள். திடீரென்று எம்.ஆர். ராதா விலகினார். பிறகு அவர் கேட்ட சம்பளம் கொடுக்கப்பட்டதால் அவர் மீண்டும் நடித்தார்.

- பத்மினி, சாவித்திரி, ராஜசுலோசனா ஆகியோர் அவருடன் நடிக்க பயந்தனர். நாடகங்களில் நடித்து வந்த எம்.என். ராஜம் ஒப்பந்தம் செய்யபபட்டு 1952-ல் படப்பிடிப்பு தொடங்கி 1954ல் படம் ரிலீஸாகி வெற்றி பெற்றது.

- நடிகர்களில் அதுவும் நகைச்சுவை நடிகர்களின் பி.ஏ.பி.எல் பட்டம் பெற்ற ஒரே நடிகர் வெண்ணிற ஆடை மூர்த்தி அவர்கள் தான். இவர் நாடக நடிகரும் கூட.

- அந்தக் காலத்தில் மேக்கப் இல்லாமலே ஒரு படத்தை எடுத்தார் இயக்குனர் ஸ்ரீதர் அவர்கள் படம் 'நெஞ்சிருக்கும் வரை' இதில் சிவாஜி, கே.ஆர் விஜயா, முத்துராமன், கோபாலகிருஷ்ணன் போன்றோர் நடித்தனர்.

- திரையுலகில் அறிமுகமாகி 7 ஆண்டுகளில் 100 படங்களில் கதாநாயகனாக நடித்து சாதனை படைத்த ஒரே நடிகர் ஜெய்சங்கர் அவர்கள் மட்டுமே. இவர் 175 படங்களுக்கு மேல் ஹுரோவாக நடித்துள்ளார்.

❖ லலிதாவும், பத்மினியும் நடிகை ஆவதற்கு முன்பே சுமார் 150 படங்களில் நடனம் மட்டுமே ஆடியுள்ளனர்.

❖ ‘பணம்’ என்ற படத்தில் நடித்த தங்க வேலுவிற்கு என்.எஸ். கிருஷ்ணன் அட்வான்ஸாக கொடுத்த பணம் 5000 ஆகும். ஆனால் அப்பொழுது தங்கவேலு ஒரு படத்தில் நடிக்க 30 நாளைக்கு 50 ரூபாய் சம்பளமாக பெற்றிருந்தார். இதை நம்பாமல் இந்தப் பணத்தை என்.எஸ்.கிருஷ்ணன் வீட்டில் தங்கவேலு திருடிக் கொண்டு வந்து விட்டதாக நினைத்து தங்கவேலுவை வெளுத்து வாங்கி விட்டார் அவர் பெரியப்பா. ‘பணம்’ சிவாஜியின் 2-வது படமாகும்.

❖ 1977 வரை எம்.ஜி.ஆர் படங்களைத் தவிர எந்த நடிகரின் படங்களும் சென்னையில் 13 லட்சங்களை கடந்து வசூலித்த தில்லை என்கிறது திரை வரலாறு. அவரது 8 திரைப்படங்கள் 13 லட்சங்களை கடந்து வசூலித்தன. இது ஒரு சாதனையாகும். 1. எங்க வீட்டுப் பிள்ளை (1965) - 13.23 லட்சங்கள். 2. அடிமைப் பெண் (1969) - 13.60, 3. மாட்டுக்கார வேலன் (1970) - 13.21. 4. ரிக்ஷாக்காரன் (1971) - 16.84. 5. உலகம் சுற்றும் வாலிபன் (1973) - 23.40. 6. இதயக்கனி (1975) ?19.89. 7. மீனவ நண்பன் (1977) - 17.70. 8. இன்று போல் என்றும் வாழ்க (1977) - 15.68 லட்சங்கள்.

❖ எல்லா மொழி கதாநாயகர்களுடன் ஜோடியாக நடித்து லேடி சூப்பர் ஸ்டாராக வலம் வந்த பானுமதியுடன் நடிக்க பயநத கதாநாயகர்களும் உண்டு. ஆனால் இவருடன் கதாநாயகனாக ஒரு நகைச்சுவை நடிகர் நடித்தார். அவர்தான் கே.எ. தங்கவேலு. இவர் முதன் முறையாக ஹீரோவாக நடித்த படம் ‘ரம்பையில் காதல்’ இதில் பானுமதி அவருக்கு ஜோடியாக நடித்தார்.

❖ இயக்குனர் ஸ்ரீதர் இயக்கிய ‘கல்யாணப் பரிசு’ என்ற படத்தில் ஆரம்பத்தில் பத்மினியும், சாவித்திரியும் நடிக்க இருந்து சாவித்திரி கர்வத்துடன் இருந்ததால் நடிகை மாற்றம் செய்து ராஜசுலோஷனா எல். விஜயலட்சுமி நடிக்க இருந்து, அதன் பின்

சரோஜாதேவி, விஜயகுமார் நடித்தனர்.

- எம்.ஜி.ஆர் அவர்களின் கார் T.M.X 4777 என்ற நீலநிற அம்பாஸிடர் காரை எம்.ஜி.ஆருக்கு பரிசாக அளித்தவர் 'இன்று போல் என்றும் வாழ்க!' என்ற படத்தின் தயாரிப்பாளர் திரு.லட்சுமணன் அவர்கள்.

- இயக்குனர் டி.ஆர். ராமண்ணாவின் மனைவிதான் நடிகை பி.எஸ். சரோஜா. எப்படியாவது பாகவதருடன் ஒரு படத்தி லாவது நடித்திட வேண்டுமென்பது அவர் ஆசை. அவர் ஆசைபடி நடந்தது. இருவரும் சேர்ந்து நடிக்க ஒரு படம் ஒப்பந்தமானது. ஆனால்! படப்பிடிப்பு தொடங்கும் முன் பாகவதர் கொலை வழக்கில் ஜெயிலுக்கு போய்விட்டார். ஜெயிலுக்கு போனவருடன் நடிக்க பல நடிகைகள் மறுக்க அதனாலென்ன என்று பி.எஸ் சரோஜா நடித்தாராம் அந்த படம்தான் 'அமரகவி'

- 1951 ஆம் ஆண்டில் 'குசுமலதா' என்ற முதல் இலங்கைத் தமிழ் படத்தில் சந்திரபாபு நடித்துள்ளார்.

- 1999 ஆம் ஆண்டு 'மஹா எடபிடங்கி' என்ற சண்டைப் படத்தில் எஸ்.பி.பி. நடித்தார். அந்த படத்தில் அவருக்கு கே.ஜெ. யேசுதாஸ் அவர்கள் பின்னணி பாடியுள்ளார் என்பது திரையுலகில் பலருக்கும் தெரியாத விஷயம்.

- தமிழில் வெளியான முதல் ஈஸ்ட்மென் கலர் படம் காதலிக்க நேரமில்லை - 1964. இயக்கம் சி.வி. ஸ்ரீதர்.

- நடிகை தேவிகா அவர்கள் தெலுங்கு சினிமாவின் தந்தை என்றழைக்கப்பட்ட திரு. ரகுபதி வெங்கய்ய நாயுடுவின் பெயர்த்தி ஆவார். இவர்தான் சென்னையில் முதல் Permanent Theatre கட்டியவர் - பெயர் 'கெயிட்டி'

- ஒரே கதையை 20 முறைக்கு மேல் பல மொழிகளில் எடுத்து வெற்றி பெற்ற படம் - 'பக்த பிரகலாதா' ஆகும். தமிழ்,

மலையாளம், தெலுங்கு, கன்னடம், இந்தி, குஜராத்தி, அசாமி, பெங்காலி - என எல்லா மொழிகளிலும் எடுத்த படம் - தமிழில் டி.ஆர்.மகாலிங்கம், எம்.ஜி.ஆர் நடித்துள்ளனர்.

❖ எம்.ஜி.ஆருக்கும், தங்கவேலுவுக்கும் ஒரு ஒற்றுமை உண்டு. எம்.ஜி.ஆர் பிறந்தது 1917-ம் ஆண்டு - தங்கவேலு பிறந்தது 1917ஆம் ஆண்டு. எம்.ஜி.ஆர் பிறந்தது ஜனவரி மாதம், தங்கவேலு பிறந்ததும் அதே ஜனவரி மாதம். எம்.ஜி.ஆருக்கு முதல் படம் ‘சதிலீலாவதி’ தங்கவேலுக்கும் முதல் படம் அதே ‘சதிலீலாவதி’. எம்.ஜி.ஆருக்கு அந்தப் படத்தில் வாய்ப்பு வாங்கிக் கொடுத்தது எம்.கே. ராதா. அதே எம். கே. ராதா தான் தங்கவேலுவுக்கு வாய்ப்பு வாங்கித் தந்தார்.

❖ எம்.ஜி.ஆர் கதாநாயகனாக மட்டும் நடித்த படங்களின் எண்ணிக்கை - 114 ஆகும்.

❖ ஒரு படத்திற்கு டைட்டில் எவ்வளவு முக்கியம் என்பது சில பேருக்கு தெரிவதில்லை. படத்தின் வெற்றிக்கு டைட்டில் கூட ஒரு காரணமாக அமையலாம். அப்படி நல்ல கதைக்கு தப்பான டைட்டில் வைத்து, அதை மக்கள் ஏற்றுக் கொள்ளாமல் படுதோல்வி அடைந்த படம் எம்.ஜி.ஆர் நடித்த ‘தாய் மகளுக்கு கட்டிய தாலி’ கதை - அறிஞர் அண்ணாதுரை என்பது கூடுதல் தகவல்.

❖ பாடகி எல்.ஆர். ஈஸ்வரி முதன் முதலாக கோரஸ் பாடிய படம் மனோகரா - இசையமைப்பாளர் எஸ்.வி. வெங்கட்ராமன் இசையில் பாடினார். அதன்பின் ‘நல்ல இடத்து சம்மந்தம்’ என்ற படத்தில் கே.வி. மகாதேவன் அவர்களை இவரை சோலோ சிங்கராக அறிமுகம் செய்தார். படத்தின் இயக்குனர் ஏ.பி நாகராஜன் தான் இவர் பெயரை எல். ராஜேஸ்வரி என்ற பெயரை எல்.ஆர். ஈஸ்வரி என்று மாற்றினார்.

❖ தமிழின் முதல் ‘A’ சான்றிதழ் படத்தில் எம்.ஜி. ஆரும், முதல் தெலுங்கு ‘A’ சான்றிதழ் படத்தில் ஜெயலலிதாவும் நடித் திருப்பது ஆச்சரியமான ஒற்றுமை. ஜெயலலிதா கதாநாயகியாக

நடித்த 'மனசுல மமதலு' என்ற தெலுங்கு படம் தான். தெலுங்கு திரைச் சரித்திரத்தில் முதல் முறை 'A' சான்றிதழ் பெற்ற படம் - தமிழில் எம்.ஜி.ஆர் நடித்த மர்மயோகி என்ற படம்.

❖ ஜெய்சங்கரின் முதல் படமான 'இரவும் பகலும்' ரிலீஸ் அன்று எம்.ஜி.ஆரின் 'எங்க வீட்டு பிள்ளை' ஒரு பக்கமும், சிவாஜியின் 'பழனி' படம் ஒரு பக்கமும் ரிலீஸ் ஆக இரண்டு ஜாம்பவான்களுக்கு நடுவில் மாட்டிக் கொண்டு பயந்து பயந்து ரிலீஸ் செய்து படம் பெரும் வெற்றி கண்டு 100 நாட்கள் ஓடியது.

❖ 'கள்வனின் காதலி' என்ற படத்தில் இயக்குனர் கே. ராம்நாத் திடம் சொல்லி கண்ணதாசனுக்கு முதல் பாட்டு எழுதும் வாய்ப்பை வாங்கிக் கொடுத்தும் 'அழகர் மலைக்கள்ளன்' என்னும் படத்தில் வாலிக்கு முதல் பாட்டை வாங்கிக் கொடுத்ததும் எழுத்தாளர் பி.எஸ். ராமையா எழுதி இயக்கிய 'தன அமராவதி' படத்தில் நடிக்க சந்திரபாபுவிற்கு வாய்ப்பை வாங்கிக் கொடுத்த கோபி என்கிற நடிகர் வி. கோபால கிருஷ்ணன் என்பது பலருக்கும் தெரியாத உண்மை.

❖ தங்களது ஆரம்ப நாட்களில் கவிஞர் வாலி, நாகேஷ், பாடகரும் இசையமைப்பாளருமான தாராபுரம் சுந்தர் ராஜன், நடிகர் ஸ்ரீகாந்த் நால்வரும் ஒரே அறையில் தங்கி சினிமாவிற்கு தேடியவர்கள்.

❖ 'பணமா பாசமா?' என்ற படத்தில் இரண்டு கதாநாயகர்களில் ஜெமினி கணேசனுடன் சிவக்குமாரும் நடித்திருந்தாராம். படத்தில் அவருக்கு ஒரு பாடலுடன் நான்கு காட்சிகள் மட்டும் தான் என்று இயக்குனர் கே.எஸ்.ஜி சொன்னாராம், இருந்தாலும் பரவாயில்லை என்று சிவகுமார் நடிக்க ஆனால் படத்தின் கதாநாயகியுடன் வந்த பிரச்சனையால் கதையில் மாற்றம் நிகழ்ந்து சிவகுமார் பொஷிசன்கள் மொத்தம் வெட்டப்பட்டதாம். படத்தில் எங்கு தேடியும் சிவகுமார் இல்லை. ஆனால் படத்தில் வெற்றி விழாவில் சிவக்குமாருக்கும் கேடயம் கொடுத்தாராம் கே.எஸ்.ஜி.

❖ எம்.ஜி.ஆர் முதல்வர் ஆன பிறகு கவிஞர் வாலியின் இயக்கத்தில் ஒரு படம் நடிப்பதாக முடிவு செய்தார். அப்போதைய இந்தியப் பிரதமரிடம் இருந்து எம்.ஜி.ஆர். படங்களில் நடிப்பதற்கான அனுமதியும் கிடைத்தது. சில பாடல்கள் கூட பதிவு செய்யப் பட்டது. ஆனால் என்ன காரணத்தினாலோ அப்படம் டிராப் ஆனது.

❖ 'பாசம்' என்ற படத்தில் எம்.ஜி.ஆர் இறப்பது போல் காட்சி அமைத்திருந்தாராம் இயக்குனர் ராமண்ணா. நான் இறப்பது போலிருந்தால் என் ரசிகர்கள் ஏற்றுக் கொள்ள மாட்டார்கள். படம் தோல்வி அடையும் என்று எம்.ஜி.ஆர் கூறியுள்ளார். ஆனால்! இயக்குனரோ இது வித்தியாசமான கிளைமேக்ஸ் நிச்சயம் இதை மக்கள் ஏற்றுக் கொள்வார்கள் என்று கூறி அதை மாற்றாமல் இருந்தாராம். கடைசியில் எம்.ஜி.ஆர் சொன்னது தான் நடந்தது. எம்.ஜி.ஆர் ரசிகர்கள் அதை ஏற்கவில்லை. படம் தோல்வி அடைந்தது.

❖ பழம் பெரும் நடிகர்களில் ஒருவரான கே. பாலாஜி அவர்கள் சிவாஜியை வைத்து 17 படங்கள் தயாரித்துள்ளார். இவர்தான் மலையாள நடிகர் மோகன்லாலின் மாமனார்.

❖ சிவாஜி, பத்மினி இணைந்து நடித்த படங்களின் மொத்த எண்ணிக்கை 59 ஆகும்.

❖ இந்திய சினிமா வரலாற்றில் யாரும் செய்யாத சாதனையாக, ஒரு வசனகர்த்தா 1000 படங்களுக்கு வசனம் எழுதியிருக் கின்றார் என்றால் உங்களால் நம்ப முடிகிறதா? ஆம்! அது உண்மை. எழுதியவர் மரியாதைக்குரிய அய்யா ஆரூர்தாஸ் அவர்கள். இதில் 100 நாட்கள் படங்கள், வெள்ளிவிழா, படங்கள் அடங்கும். தமிழ் படத்தில் மட்டும் தான் இந்த சாதனை நிகழ்ந்துள்ளது.

❖ தமிழில் கடைசியாக வெளிவந்த கருப்பு வெள்ளை படம் 'செல்லக்கிளி' - வருஷம் - 1979.

* எம்.ஜி.ஆருடன் சேர்ந்து நடிக்காத ஒரே நகைச்சுவை நடிகர் வெண்ணிற ஆடை மூர்த்தி அவர்கள் தான்.

* எம்.என்.நம்பியார் கதாநாயகனாக இரண்டு படங்களில் நடித்துள்ளார். 'திகம்பரசாமியார்' 'கல்யாணி' இந்த இரண்டு படங்களையும் தயாரித்தவர் மாடர்ன் தியேட்டர்ஸ் டி.ஆர். சுந்தரம் அவர்கள்.

* தமிழ் சினிமாவின் வரலாற்றையே மாற்றி அமைத்த ஏ.வி.எம் நிறுவனம் தொடங்கிய வருடம் 1945. சுமார் 78 வருடங்களாக அது இயங்கிக் கொண்டிருக்கின்றது என்பது வரலாறு.

* நடிகை சாவித்திரி 'பிராப்தம்' என்றொரு படம் எடுத்து பெரும் நஷ்டத்திற்கு ஆளாகி, எல்லா சொத்துக்களும் போன பிறகு தன்னிடம் வேலை செய்த டிரைவர் கடைசியாக வேலை விட்டுப் போக அவருக்கு தன்னுடைய காரையும், ஆர்.சி, புக்கையும் கொடுத்தனுப்பினார். அந்த டிரைவர் அதை எடுத்துச் சென்று டிராவல்ஸ் கம்பெனி நடத்தி பெரிய பணக்காரர் ஆனார்.

* 1956-ல் எம்.ஜி.ஆர் நடித்த 'தாய்க்கு பின் தாரம்' என்ற படத்தி லிருந்து 1970 ல் வெளியான ஜெய்சங்கர் நடித்த 'மன்னவன்' என்ற படம் வரை சுமார் 30க்கும் மேற்பட்ட படங்களை தயாரித்தார் எம்.எம்.ஏ. சின்னப்பா தேவர் அவர்கள்.

* நடிகர் சிவகுமார் வெறும் நடிகர் மட்டுமல்ல. மிகச்சிறந்த ஓவியருமாவார். ஓவியராக வாழ்க்கையைத் தொடங்கி பின் நடிகராக புகழ் பெற்றார். இவர் இப்போது இலக்கியங்கள், புராணங்களிலும் அதிக ஆர்வம் காட்டி மேடைகளில் சொற்பொழிவு ஆற்றுகிறார்.

* மாடர்ன் தியேட்டர்ஸ் தயாரித்த 'வண்ணக்கிளி' என்ற படத்தில் கதாநாயகனாக நடித்த ஆர்.எஸ். மனோகர் அவர்கள் தொடர்ந்து அந்தக் கம்பெனியில் 18 படங்களில் நடித்துள்ளார். வேறு எந்த நடிகரும் அந்தக் கம்பெனியில் இவ்வளவு படங்கள் நடித்ததில்லை.

❖ பாடலாசிரியர் திரு. பூவை செங்குட்டுவன் அவர்கள் தன் ஆரம்ப நாட்களில் கவிஞர் வாலியிடம் உதவியாளராக பணி புரிந்துள்ளார்.

❖ காதலிக்க நேரமில்லை படத்தில் கதாநாயகனாக நடித்த ரவிச்சந்திரனுக்கு அதுதான் முதல் படம். அவரை தேர்வு செய்வதற்கு முன் இரண்டு நடிகர்களைப் பார்த்தாராம். டைரக்டர் ஸ்ரீதர் அதில் ஒருவர். தெலுங்கு சூப்பர் ஸ்டார் மகேஷ் பாபுவின் தந்தை கிருஷ்ணா, மற்றொருவர் சிவகுமார். ரவிச்சந்திரன் தேர்வு ஆனது தெரிந்ததும் ஆடிஷனுக்கே செல்ல வில்லையாம் சிவகுமார்.

❖ எஸ்.எஸ். வாசன் தயாரித்த ‘சந்திரலேகா’ என்ற படத்தில் இளவரசனாக வரும் எம்.கே. ராதாவின் ஷூலேசை கட்டுவது போல் வரும் ஒரு பாத்திரத்தில் நடிக்க சிவாஜியை வேப்பத்தூர் கிட்டு சிபாரிசு செய்ய சிவாஜியைப் பார்த்து பிடிக்காமல் மிஸ் மாலினியில் நடித்த கோபியை போடுங்கள் என்று வாசன் சொல்ல அந்த வாய்ப்பு கோபால கிருஷ்ணனுக்குப் போனது. பராசக்தியில் கதாநாயகனாக நடிக்க வாய்ப்பு வந்து கோபால கிருஷ்ணனால் நடிக்க முடியாமல் போனதால் அந்த வாய்ப்பு சிவாஜிக்குப் போனது என்பது பலருக்கும் தெரியாத விஷயம்.

❖ ஒரு ஏழைச் சிறுமியை தன் சொந்த செலவிலேயே படிக்க வைத்தார் எம்.ஜி.ஆர். பின்னாளில் அந்தச் சிறுமி மிகப்பெரிய நடிகையாக வலம் வந்தார். ஒரு படத்தின் வெற்றி விழா மேடையில் அந்த நடிகையைப் பார்த்த எம்.ஜி.ஆர் ‘நீ சினிமா விற்கும், அரசியலுக்கும் வரக் கூடாது என்று படிக்க வைத்தால் நீ சினிமாவிற்கு வந்து விட்டாயே’ என்று திட்டினாராம். அந்த நடிகைதான் கோவை சரளா.

❖ எம்.ஜி.ஆர் படங்களில் எம்.என். நம்பியார், பி.எஸ். வீரப்பா, எஸ்.எ. அசோகன், ஆர்.எஸ். மனோகர் என இந்த நால்வரும் பிரதான வில்லன்களாக நடித்துள்ளனர். இதில் எம்.என். நம்பியார் 64 படங்களிலும், அசோகன் 57 படங்களிலும்,

மனோகர் 23 படங்களிலும், வீரப்பா 18 படங்களிலும் நடித்துள்ளனர்.

- 10,000க்கும் மேற்பட்ட பாடல்களை பாடியவர் பழம் பெரும் திரைப்பட பின்னணி பாடகி வாணி ஜெயராம். சிறந்த பின்னணி பாடகிக்கான தேசிய விருதை மூன்று முறை பெற்றவர். 'மல்லிகை என் மன்னன் மயங்கும்' என்ற பாடல் தான் இவர் பாடிய முதல் தமிழ் பாடல் (தீர்க்க சுமங்கலி) தமிழ்நாடு, ஆந்திரா, குஜராத், ஒடிசா என பல்வேறு மாநில விருதுகளையும் பெற்றுள்ளார். தமிழ், தெலுங்கு, கன்னடம், இந்தி, உள்பட 19 மொழிகளில் பாடியுள்ளார்.

  பத்மபூஷண் விருது பாடகிகளில் இவரும் ஒருவர்.

- 1948ல் எம்,கே தியாகராஜ பாகவதர் கதாநாயகனாகவும் நடித்து தயாரித்த 'ராஜமுக்தி' என்ற படத்தில் மகேந்திர வர்மன் என்ற வில்லன் பாத்திரத்தில் நடித்திருந்தார். எம்.ஜி.ஆர் பாகவதருக்கு ஜோடி வி.என். ஜானகி.

- இயக்குனர் ஸ்ரீதரை தன்னுடைய ஆஸ்தான குருவாக ஏற்றுக் கொண்ட முத்துராமனை முதன் முதலில் 'நெஞ்சில் ஓர் ஆலயம்' படத்தின் மூலம் அந்தஸ்தான நடிகராக மாற்றிய பெருமை ஸ்ரீதரையே சேரும். முத்துராமனை வைத்து பல பங்களை இயக்கி இருக்கிறர் ஸ்ரீதர். பட வாய்ப்புகள் அதிகம் வந்த காலத்தில் தன் குரு ஸ்ரீதர் படம் வந்தால் அங்கு போய்விடு என்று கண்டிஷன் போட்டாராம் முத்துராமன் இதற்கு குரு மீது உள்ள பக்திதான் காரணமாம்.

- 17- வயதில் தேசிய விருது பெற்ற நடிகை ஷோபா. படம் - 'பசி', இயக்குனர் - துரை.

- முதன் முதலாக ஆஸ்கருக்கு சென்ற தமிழ் படத்தை இயக்கியவர் ஏ.எஸ். திருலோகசந்தர். படம் - 'தெய்வமகன்' இதில் சிவாஜி 3 வேடங்களில் நடித்திருப்பார்.

❖ நகைச்சுவை நடிகர் வி.கே. ராமசாமி எழுதிய கதைதான் 'நல்ல இடத்து சம்மந்தம்' - என்ற படம் இதை இயக்கியவர் ஏ.பி. நாக ராஜன் - கதாநாயகன் எம். ஆர் ராதா.

❖ குல கௌரவம் (1976) என்ற படத்தில் நவரசத் திலகம் முத்துராமன் மூன்று வேடங்களில் நடித்துள்ளார்.

❖ 1976-ல் வெளியான 'பாட்டும் பரதமும்' என்ற படத்தில் (சிவாஜி இரு வேடம்) சிவாஜிக்கு இணையாகவும், அன்னையாகவும் ஜெயலலிதா நடித்துள்ளார்.

❖ எம்.ஜி.ஆர் நடித்த 63 படங்களில் 184 பாடல்களை எழுதி உள்ளார் கவிஞர் வாலி அவர்கள். 'நல்லவன் வாழ்வான்' என்ற படத்தில் தான் முதல் பாடலை எழுதினார். 'மீனவ நண்பன்' படத்தில் கடைசி பாடலை எழுதினார். சிவாஜிக்கு 66 படங் களில் எழுதியுள்ளார்.

❖ 1958 ல் 'ஸ்கூல் மாஸ்டர்' என்ற கன்னடப் படத்தை தயாரித்து, இயக்கி நடித்தார் பி.ஆர். பந்தலு அவர்கள். இதில் சிவாஜி கணேசன் அவர்கள் கௌரவ வேடத்தில் நடித்தார். இது அவர் நடித்த முதல் கன்னடப் படம். இந்தப் படம் மலையாளத்தில் ரீமேக் செய்யப்பட்டது. இதிலும் சிவாஜி கன்னடப் படத்தில் நடித்த அதே வேடத்தில் நடித்தார். இதுதான் சிவாஜி நடித்த முதல் மலையாளப் படம். இரண்டு படங்களும் மாபெரும் வெற்றி பெற்றது.

❖ பாரதிராஜா கன்னட இயக்குனர் புட்டண்ணா கனகலிடம் பணி புரிந்ததையும், அவருடைய உதவியாளர் என்பதையும் தான் பெருமையாக சொல்லிக் கொள்கிறார். ஆனால் அவர் ரா. சங்கரன் உள்பட இயக்குனர்களிடம் உதவி இயக்குனராக பணி புரிந்திருக்கிறார் என்பதை இதுவரை எங்கும் சொல்வதில்லை. இயக்குனர் எ.ஜெகன்னாதனிடம் உதவி இயக்குனராக 'அதிர்ஷ்டம் அழைக்கிறது' என்ற படத்தில் பணிபுரிந்ததை அவர் இதுவரை எங்கும் சொன்னதில்லை.

- உலகின் முதல் அசையும் படத்தை எடுத்தவர்களான லூமியர் பிரதர்ஸ் அந்த திரைப்படத்தை 1896 ஆம் ஆண்டு ஒரு நாள் மக்களுக்கு திரையிட்டுக் காட்டினார்கள். ஒரு ரயில் ஸ்டேஷனுக்குள் நுழைவதை படம் பிடித்து லூமியர் பிரதர்ஸ் அதற்கு 'தி அர்ரைவல் ஆஃப் த டிரைன்' என்று பெயரிட்டனர். வெறும் 50 விநாடிகள் நீளம் கொண்ட அத்திரைப்படத்தைப் பார்த்த பார்வையாளர்கள் நிஜ ரயில் நம் மீது மோத வருவதாக நினைத்து அலறிக் கொண்டு ஓடினார்களாம்.

- எம்.ஜி.ஆர். வுடன் நடிகர் வி.எஸ். ராகவன் இணைந்து நடித்த முதல் படம் 'ஒளி விளக்கு' - எம்.ஜி.ஆர் முதலமைச்சரான பிறகு தமிழ்நாடு இயல் - இசை - நாடக மன்றத்தின் செயலாளராக 3 வருடங்கள் பணிபுரிய வி.எஸ். ராகவனுக்கு வாய்ப்பளித்தார்.

- எம்.ஜி.ஆரும், வைஜெயந்தி மாலாவும் இணைந்து நடித்த ஒரே படம் 'பாக்தாத் திருடன்'. அதே போல் எஸ்.ஏ. அசோகனுடன் எம்.ஜி.ஆருடன் நடித்த முதல் படம் இது.

- ஷோபனா சலாவாக இருந்து வீனஸ் ஸ்டுடியோவாக மாறிய 'வேல் பிக்சர்ஸ்' என்ற பெயரில் ஒரு ஸ்டுடியோ இயங்கி வந்தது. அங்கு தான் எம்.ஜி.ஆர் அவர்கள் முதன் முதலாக கேமராவின் முன் நின்றார். எம்.கே.ராதா, என்.எஸ்.கே, டி.எஸ்.பாலையா போன்றவர்கள் உடனிருந்தனர்.

- பாடகர் எஸ்.பி. பாலசுப்ரமணியன் தமிழில் முதல் முறையாக இசையமைப்பாளராக இசையமைத்த படம் 'துடிக்கும் கரங்கள்' அந்தப் படம் 1983 ஆம் ஆண்டு வெளிவந்தது. வாய்ப்பளித்தவர் இயக்குனர் சி.வி. ஸ்ரீதர் அவர்கள்.

- நடிகர் சி.எல். ஆனந்தன் தயாரித்து நடித்த 'நானும் மனிதன் தான்' என்ற திரைப்படத்தில் தான் பஞ்சு அருணாச்சலம் பாடலாசிரியராக அறிமுகம் ஆனார்.

- கின்னஸ் ரெக்கார்டில் இடம் பெற்று முதல் தேசிய விருதுப் பெற்ற முதல் குழந்தை நட்சத்திரம் பேபி ராணி என்பவர்.

இவரால் தான் குழந்தை நட்சத்திரங்களுக்கும் தேசிய விருது தர வேண்டும் என்று மத்திய அரசு முடிவெடுத்தது.

- 1936ல் உருவான சேலம் மாடர்ன் தியேட்டரில் 1937ல் 'சதி அகல்யா' என்ற படத்தைத் தயாரித்து தொடர்ந்து 136 படங்களைத் தயாரித்து வரலாறு படைத்தார். மந்திர குமாரி, தேவகி, திரும்பிப்பார் போன்ற படங்களுக்கு இக்கம்பெனியில் வசனம் எழுதினார் கலைஞர். எம்.ஜி.ஆர், கலைஞர், வி.என்.ஜானகி, என்.டி. ராமாராவ் ஆகிய 4 முதலமைச்சர்களை உருவாக்கியது இந்த மாடர்ன் தியேட்டர்ஸ் நிறுவனம்.

- நடிகர் நாகேஷ் கட்டிய தியேட்டரில் ஸ்கூல் இருந்ததால் அரசாங்கம் அனுமதி தர மறுத்தது. நாகேஷ் எம்.ஜி.ஆர் உதவியை நாடினார். எம்.ஜி.ஆர் நாகேஷை கடுமையாக கோபித்துக் கொண்டார். அந்த ஸ்கூலுக்கு இரண்டு வாசல் இருப்பதை அறிந்த எம்.ஜி.ஆர் சமயோசித புத்தியுடன் செயல் பட்டு, தியேட்டர் எதிரில் உள்ள வாசலை மூடச் சொல்லி, எதிர் வாசலைத் திறந்து, நாகேஷுக்கு அனுமதி அளித்தார்.

- 'கணவனே கண்கண்ட தெய்வம்' என்ற படத்தில் ஹுரோ விற்கு இரட்டை வேஷம் ஒன்று அழகாக இருப்பவர், இன்னொன்று கூன் விழுந்த விகாரமான தோற்றம். இந்த கேரக்டரில் ஜெமினி நடித்தால் படம் எடுபடாது என்று வேறு ஹுரோவை தேடினார். இதைத் தெரிந்து கொண்டு எப்படி யாவது அந்தப் படத்தில் நடித்து தன் திறமையை வெளிப்படுத்த வேண்டும் பிச்சைக்கார வேஷம் போட்டு தயாரிப்பாளர் வீட்டுக்கு போய் அவரிடமே பிச்சையெடுக்க வந்தது ஜெமினி என்று தெரியவில்லையாம் அவருக்கு உடனே அவருக்கு அந்த வேஷத்தைக் கொடுத்தாராம் தயாரிப்பாளர்.

- 'தில்லானா மோகனாம்பாள்' என்ற படத்தின் கதை எழுதியவர் கொத்தமங்கலம் சுப்பு என்பவர். நாகேஷ் நடித்த சவடால் வைத்தி என்ற பாத்திரத்தை தான் நடிப்பதற்காகவே எழுதிய பாத்திரமாம். ஆனால் அந்தக் கதை படமானபோது சுப்புவிற்கு

நடிக்க வாய்ப்பு வரவில்லை. தான் ஆசைப்பட்டு தனக்காக உருவாக்கிய பாத்திரத்தில் தன்னால் நடிக்க முடியாமல் போனதால் அந்தப் படத்தை அவர் கடைசி வரை பார்க்காம லேயே இறந்து போனார்.

- 1979ல் 'கவரிமான்' படத்தில் சிவாஜிக்கு மகளாக ஸ்ரீதேவி நடித்துள்ளார். அதன்பின் 1980-ல் 'விஸ்வரூபம்' படத்திலும் 1982ல் 'சந்திப்பு' படத்திலும் ஜோடியாக நடித்துள்ளார்.

- கவிஞர் முத்துலிங்க் இதுவரை மொத்தம் 1664 பாடல்களுக்கு மேல் எழுதியுள்ளார். 200 படங்களுக்கு மேல் எழுதியுள்ளார்.

- பழம்பெரும் நடிகையும், பாடகியுமான கே.பி. சுந்தரம்பாளின் சிபாரிசு பேரில், இயக்குனர் எல்லீஸ்.ஆர். டங்கன் மூலமாக திரையுலகில் அறிமுகமானவர் வில்லன் நடிகர் பி.எஸ்.வீரப்பா. கே.பி.எஸ். அந்தக் காலத்திலேயே 1 லட்ச ரூபாய் வாங்கிய நடிகையாவார்.

- எம்.ஜி.ஆர்யிடம் சில நல்ல பழக்கங்கள் இருந்தன. அவர் காபி, டீ குடிக்க மாட்டார். போதை வஸ்த்துகளை தொட மாட்டார். வெள்ளிக்கிழமை மட்டும் அது எப்படிப்பட்ட விருந்தாயினும் சரி, அதில் கலந்து கொண்டால், சைவ உணவு மட்டும் சாப்பிடு வார். காரணம் அவர் தாய் சத்யபாமா மறைந்த நாள் வெள்ளிக் கிழமை என்பதால் - அத்தோடு தினமும் உணவில் கீரையை சேர்த்துக் கொள்வார்.

- 1975-ல் வெளிவந்த 'அபூர்வ ராகங்கள்' என்ற படத்தில் கவியரசு கண்ணதாசன் அவர்கள் எழுதிய ஏழு ஸ்வரங்களுக்குள் எத்தனை பாடல் என்ற பாடலை பாடியவர் வாணி ஜெயராம் அவர்கள். இந்தப் பாடலுக்காக அவருக்கு சிறந்த பாடகி என்ற தேசிய விருது கிடைத்தது.

- மதுரை தமுக்கம் மைதானத்தில் பொதுமக்கள் மத்தியில் 'நாடோடி மன்னன்' படத்தின் வெற்றி விழா நடந்தது. இவ் விழாவில் சுமார் 10 லட்சம் பேருக்கு மேல் கலந்து கொண்டனர்.

நான்கு குதிரைகள் பூட்டிய சாரட் வண்டியில் எம்.ஜி.ஆர் ஊர்வலமாக வந்தார். விழாவில் 110 சவரனில் ஒரு தங்கவாள் எம்.ஜி.ஆருக்கு பரிசளிக்கப்பட்டது. விழா மொத்தம் 5 மணி நேரம் நடைபெற்றது.

❖ 1952ஆம் ஆண்டிலிருந்து 1993 ஆம் ஆண்டு வரை சிவாஜி நடித்த 41 படங்கள் தீபாவளியன்று ரிலீஸாகி உள்ளன. இதில் 8 முறை இரண்டு திரைப்படங்களாக வெளிவந்து சாதனைப் படைத் துள்ளன. 22 படங்கள் 100 நாட்களைக் கடந்தும், 5 படங்கள் 175 நாட்களைக் கடந்தும், 3 படங்கள் 200 நாட்களைக் கடந்தும் ஓடியுள்ளன.

❖ முத்துராமன், தேவிகா நடித்து ஸ்ரீதர் இயக்கி, தயாரித்த 'நெஞ்சில் ஓர் ஆலயம்' படம் முடிந்து விநியோகஸ்தர்களுக்கு போட்டு காட்டினார் ஸ்ரீதர். படத்தை பார்த்தவர்கள் யாரும் வாங்க முன் வரவில்லை. படத்தின் மீது இருந்த நம்பிக்கையால் ஸ்ரீதரே படத்தை ரிலீஸ் செய்தார். படம் வெற்றி பெற்று கேசினோ தியேட்டரில் 1 1/2 லட்ச ரூபாய் கலெக்‌ஷன் செய்தது.

❖ 'ஆட்டுக்கார அலமேலு' தியேட்டரில் ஓடிக் கொண்டிருந்த போது, அதன் தயாரிப்பாளர் ஒரு விளம்பர யுக்தியை கையாண்டார். ஒரு காரின் டாப்பை எடுத்துவிட்டு, அதில் படத்தில் நடித்த அந்த ஆட்டை நிற்க வைத்து படம் ஓடிக் கொண்டிருந்த எல்லா தியேட்டர்களின் வாசலிலும் கொண்டு போய் நிறுத்தினாராம். படம் பார்த்தவர்கள் ஆட்டைப் பார்த்து விட்டு மறுபடியும் படத்தைப் பார்த்தார்களாம்.

❖ எம்.ஜி.ஆர் கடைசியாக பார்த்த படம் 'வேதம் புதிது' இப்படத் திற்கு சென்ஸார் எந்த கட்டும் தரவில்லை இருந்தாலும் படத்தை ரிலீஸ் செய்ய கூடாது என்று கட்டளை போட்டனர். இந்த தகவல் அறிந்த எம்.ஜி.ஆர் உடனே படத்தை பார்த்தார். அந்தப் படம் எம்.ஜி.ஆருக்கு மிகவும் பிடித்துப் போக 'உடனே ரிலீஸ் தேதிய அறிவித்து விடு' என்றாராம் இயக்குனரிடம்.

- கதாநாயகன் தேர்விற்காக சென்ற ஜெயசங்கரை கார்கள் சிறியதாக இருக்கின்றது என்று ஒரு கம்பெனி ரிஜக்ட் செய்தது - அந்த சிறிய கார்கள் தான் அழகாக இருக்கின்றது என்று அவரை தேர்வு செய்து கதாநாயகன் வாய்ப்பு தந்தார் இயக்குனர் ஜோசப் தளியத் அவர்கள் - படம்: 'இரவும் பகலும்'.

- எம்.ஜி.ஆருக்கும், சிவாஜிக்கும் அவர்கள் திரையில் வாய் அசைத்த முதல் பாடலை எழுதிய பெருமை உடுமலை நாராயண கவிராயரையேச் சேரும்.

- 1963ல் வெளியான 'பலே பாண்டியா' என்ற படத்தில் (சிவாஜி, தேவிகா) ஜெயலலிதாவின் தாயார் சந்தியா சிவாஜிக்கு ஜோடி யாக நடித்துள்ளார். (சிவாஜி 3 வேடம்)

- எம்.ஜி.ஆரின் முதல் படமான 'சதிலீலாவதியை'யும் 100 வது படமான 'ஒளி விளக்கு' என்ற படத்தையும் தயாரித்து ஜெமினி அதிபர் எஸ்.எஸ்.வாசன் அவர்கள்.

- தயாரிப்பாளராக இருந்த தேவர் அவர்கள் ஒரு படத்திற்கு கதை எழுதி, டைரக்‌ஷன் மேற்பார்வையும் செய்தார். படம் படுதோல்வி அடைந்தது. (தெய்வச் செயல்) அதே படத்தை இந்தியில் ராஜேஷ் கண்ணா நடிக்க, அதன் திரைக்கதையை சலிம்கானும் (இவர் நடிகர் சல்மான்கானின் தந்தை) ஜாவித் அக்தரும் இணைந்து மாற்றி அமைத்தனர். படம் சூப்பர் ஹிட்டானது. (ஹாத்தி மேரா சாத்தி) இந்தப் படத்தில் இருந்து தான் சலிம - ஜாவித் கூட்டணி உருவானது.

- தமிழ் சினிமாவில் முதன் முதலில் சைக்கிள் ஓட்டிய நடிகை யார் தெரியுமா? தெரியாதவர்கள் தெரிந்து கொள்ளுங்கள். அவர் தான் மூத்த நடிகை காலஞ்சென்ற அங்கமுத்து அவர்கள். 'காலேஜ் குமாரி' என்ற படத்தில் அவர் சைக்கிள் ஓட்டினார்.

- எம்.ஜி.ஆரும், ஜமுனாவும் சேர்ந்து நடித்த 'ஒரே படம்' தாய் மகளுக்குக் கட்டிய தாலி - கதை - அறிஞர் அண்ணா. திரைக்கதை, வசனம் இராம அரங்கண்ணல், தயாரிப்பு -

ஒளிப்பதிவு, இயக்கம் - ஆர்.ஆர். சந்திரன். எம்.ஜி.ஆருக்கு நேரே புகைப்பிடிப்பவர் திரு. சந்திரன் ஒருவர் தான்.

- 1959 ஆம் ஆண்டு திரைப்படக் கலைஞர்களுக்கென்று ஒரு தொழில்முறை அமைப்பு, ‘தமிழ் நடிகர் சங்கம்’ என்று இயக்குனர் கே. சுப்ரமணியம் அவர்களால் நிறுவப்பட்டது.

- 1955ல் திரைப்படத்திற்கான தேசிய விருதுகள் அளிக்கும் மரபு உருவானது. அந்த வருடம் நாமக்கல் ராமலிங்கம் பிள்ளையின் கதையான ‘மலைக்கள்ளன்’ (எம்.ஜி.ஆர் + பானுமதி நடித்தது) தேசிய விருது பெற்றது.

- 1956ல் தென்னிந்தியாவின் முதல் திரைப்படக் குழுமம் ‘தி மெட்ராஸ் பிலிம் சொசைட்டி’ திருமதி அம்மு சுவாமிநாதனால் அமைக்கப்பட்டது.

- 1960ல் சென்னை அடையாறில் திரைப்படக் கல்லூரி நிறுவப் பட்டது. 70களிலும், 80களிலும் வெளியான தமிழ்த் திரைப் படங்களில் இந்தக் கல்லூரியில் பயின்றவர்களின் தாக்கத்தைக் காண முடிந்தது.

- ஜெயகாந்தனின் குறுநாவலான ‘உன்னைப் போல் ஒருவன்’ அவராலயே இயக்கப்பட்டு 1964-ல் படமாக வந்து தேசிய விருதைப் பெற்றது. இது யதார்த்த திரைப்படத்தை தமிழ் மக்களுக்கு அறிமுகப்படுத்தியது.

- தென்னிந்தியாவில் முதல் ‘சினிமாஸ் கோப்’ படமான ‘ராஜ ராஜ சோழன்’ என்ற படம் 1973 ல் வந்தது. இதை தயாரித்தவர் ஆனந்த் தியேட்டர் அதிபர் ஜி. உமாபதி அவர்கள் (அந்தத் தியேட்டர் இப்போது இல்லை)

- எம்.ஜி.ஆர் நடித்து இயக்கி, தயாரித்த ‘அடிமைப் பெண்’ படத்தில் எல்லா பாடல்களுமே செம ஹிட்டாகியது. அதில் வரும் ‘தாயில்லாமல் நானில்லை’ என்ற பாடலுக்கு மட்டும் கே.வி. மகாதேவன் 52 மெட்டுகளைப் போட்டுக் காட்டினா

ராம். ஆனால் எம்.ஜி.ஆருக்கு எதிலும் திருப்தி இல்லையாம். கடைசியாக போட்ட 53-வது டியூன் தான் ஓ.கே. ஆகி ரெக்கார்டிங் செய்யப்பட்டது.

❖ 1961 ஆம் ஆண்டு வெளிவந்த பாலும் பழமும் என்ற படம் சிவாஜி, சரோஜாதேவி, சவுகார் ஜானகி நடித்து வெளிவந்து மாபெரும் வெற்றி பெற்றது. ஏ. மற்றும் பி. சென்டர்களில் 100 நாட்கள் ஓடியது. சென்னையில் 20 வாரங்களைக் கடந்து ஓடியது. இப்படத்தினை ஜி.என். வேலுமணி தயாரிக்க ஏ. பீம்சிங் இயக்கினார். இந்தப் படத்தை 'சாத்தி' என்ற பெயரில் 1968 ஆம் வருடம் சி.வி. ஸ்ரீதர் அவர்கள் இந்தியில் இயக்கினார். அங்கும் இப்படம் மிகப்பெரிய வெற்றியை பெற்றது.

❖ தயாரிப்பாளர் சின்னப்பா தேவர் அவர்கள் தன்னுடைய நிறுவனத்தில் எம்.ஜி.ஆர். ஐ வைத்து மொத்தம் 16 படங்களைத் தயாரித்துள்ளார். தாய்க்குப் பின் தாரம், தாய் சொல்லைத் தட்டாதே, தாயைக் காத்த தனயன், குடும்பத் தலைவன், தர்மம் தலைகாக்கும், நீதிக்குப் பின் பாசம், வேட்டைக்காரன், தொழிலாளி, கன்னித்தாய், முகராசி, தனிப்பிறவி, தாய்க்கு தலைமகன், விவசாயி, காதல் வாகனம், தேர்த்திருவிழா, நல்ல நேரம்- இதில் நல்ல நேரம் மட்டும் கலர் படம். எல்லா படங்களையும் எம்.ஏ.திருமுகம் இயக்கினார். 16 படங்களுக்கும் இசையமைத்தவர் கே.வி. மகாதேவன்.

❖ எம்.ஜி.ஆர் கதாநாயகனாக நடித்த முதல் நாடகத்தின் பெயர் 'மனோகரா' இதில் மனோகரன் வேஷத்தை ஏற்று நடித்தார்.

❖ 1897 ஆம் ஆண்டு 'எட்வர்டு' என்ற ஆங்கிலேயர் சென்னையில் முதல் நகரும் படக்காட்சியை திரையிட்டுக் காட்டினார். 'விக்டோரியா பப்ளிக் ஹால்' என்ற ஆங்கில 'சினிமாஸ் கோப்' என்று விளம்பரத்தப்பட்டு, திரையிடப்பட்ட அக்காட்சி தமிழ்த் திரையில் பல மாறுதல்கள் ஏற்படுவதற்குக் காரணமாக அமைந்தது.

❖ 1900 ஆம் ஆண்டில் தென்னிந்தியாவில் முதல் திரையரங்கு 'மவுண்ட் தெரு'வில் 'வார்விக் மேலூர்' என்னும் ஆங்கிலேயரால் கட்டப்பட்டது. இதன் பெயர் 'எலெக்ட்ரிக் திரையரங்காகும்' மின்விளக்கு மூலம் வீசும் வசதியுடன் இருந்ததால் இந்த அரங்கிற்கு அப்பெயர் வழங்கப்பட்டது.

❖ 1905-ல் திருச்சி ரயில் நிலையத்தில் வேலை பார்த்து வந்த சாமிக்கண்ணு வின்சென்ட் என்பவர் 'எடிசன் சினிமாட்டோ கிராப்' என்ற திரைப்படம் காண்பிக்கப்படும் நிறுவனத்தை ஆரம்பித்தார். தென்னிந்தியாவின் முதல் திரையரங்காக இது விளங்கியது. இவர் பல ஊர்களுக்குச் சென்று 'இயேசுவின் வாழ்க்கை' என்ற பட்டத்தை வெளியிட்டார்.

❖ 1914 ஆம் ஆண்டு 'ரகுபதி வெங்கையா நாயுடு' என்பவரால் கட்டப்பட்ட 'கெயிட்டி' திரையரங்கமே இந்தியர் ஒருவரால் தென்னிந்தியாவில் கட்டப்பட்ட முதல் திரையரங்கு. இவர் மகன் தான் பழம் பெரும் இயக்குனர் ஆர். பிரகாஷ் என்பவர்.

❖ மோட்டார் உதிரிப்பாகங்கள் விற்பனையாளர் ஆர். நடராஜ முதலியார் கீழ்ப்பாக்கத்தில் 'இந்தியா ஃபிலிம் கம்பெனி' என்ற நிறுவனத்தை நிறுவி 1916-ல் 'கீதகவதம்' என்ற மௌனப் படத்தைத் தயாரித்தார். இதுதான் தென்னிந்தியாவின் மௌனப் படமாகும்.

❖ இசையமைப்பாளர் எம்.எஸ்.விஸ்வநாதனுக்கு 'மெல்லிசை மன்னன்' என்ற பட்டத்தைக் கொடுத்தவரே சிவாஜி கணேசன் தான்.

❖ சாவித்திரியும், ஜெமினியும் முதன் முதலில் இணைந்து நடித்த படம் 'பெண்ணின் பெருமை' - புல்லையா அவர்கள் இப்படத்தை தெலுங்கில் இயக்கி பின் தமிழில் இயக்கினார். தெலுங்கில் அண்ணனாக நாகேஸ்வரராவும், தம்பியாக லுக்கையாவும் நடித்தனர் - நாகேஸ்வரராவுக்கு மனைவியாக சாவித்திரி நடித்தார். அதே பாத்திரத்தில் ஜெமினிக்கு மனைவி

யாக தமிழிலும் நடித்தார். தம்பியாக சிவாஜி எதிர்மறைப் பாத்திரத்தில் நடித்தார். இப்படம் 100 நாட்கள் ஓடியது.

- பழம்பெரும் தயாரிப்பாளர் எ. நாராயணன் என்பவர் 'ஜெனரல் பிக்சர்ஸ் கார்ப்பரேஷன்' என்ற நிறுவனத்தை நிறுவி பல வெற்றிப் படங்களைத் தயாரித்து தென்னிந்தியாவின் திரைப் படத் தொழிலுக்கு முக்கியமான பங்கு வகித்தார்.

- கேரள திரைப்பட வளர்ச்சிக் கழகம் 1930-ல் வெளிவந்த 'வகத குமாரன்' என்ற திரைப்படத்தையே மலையாளத்தின் முதல் திரைப்படமாகவும், அதன் இயக்கனரான ஜே. சி. டேனியலை மலையாளத்தின் முதல் இயக்குனராகவும், பி.கே. ரோசி என்பவரை முதல் கதாநாயகியாகவும் அறிவித்திருக்கிறது.

- எம்.ஜி.ஆருடன் இ.வி. சரோஜா (இயக்குனர் ராமண்ணாவின் மனைவி) நடித்த ஒரே படம் 'கொடுத்து வைத்தவள்' இப்படத்தை தயாரித்தவர் சரோஜாவின் சகோதரர் இ.வி.ராஜன் என்பவர் படம் பெரிய வெற்றி பெறவில்லை.

- எம்.ஜி.ஆர் பிக்சர்ஸ் தயாரிப்பில் ஆர்.எம். வீரப்பன், எம்.ஜி.ஆர் சேர்ந்து தயாரித்து, கே.சங்கர் இயக்கிய படம் 'அடிமைப்பெண்' கதை: ஆர்.எம். வீரப்பன், லஷ்மண், எஸ்.கே.டி. சாமி, இப்படத்தின் அன்றைய பட்ஜெட் 50 லட்சம். ஜெய்பூர், ராஜஸ்தானில் 100 நாட்கள் வரை படப்பிடிப்பு நடந்தது.

- 1930-களில் ஜானகி என்ற ஒரு நடிகை இருந்தார். அவருடைய மகள் தான் குமரி ருக்மணி - இவருடைய மகள் தான் லட்சுமி - லட்சுமியின் மகள் ஐஸ்வர்யா - ஒரு குடும்பத்தில் நான்கு தலை முறை நடிகைகள்.

- எம்.ஜி.ஆர் தயாரித்து இயக்கிய 'அடிமைப் பெண்' என்ற படம் 1969 ஆம் ஆண்டு வெளியாகி மாபெரும் வெற்றி பெற்றது. இப்படத்தின் படப்பிடிப்பு ஜெய்ப்பூரில் நடந்தது. அங்கு வெள்ளைத் தொப்பியை வாங்கி அணிந்தார். அது பிடித்துப் போகவே அன்றிலிருந்து தன் இறுதி காலம் வரை அந்த தொப்பியுடனேயே இருந்தார்.

- *மாதம் 200 ரூபாய் சம்பளத்தில் இன்சுரன்ஸ் கம்பெனியில் வேலை பார்த்துக் கொண்டிருந்த தன் நண்பன் 'சித்ராலயா' கோபுவை 400 சம்பளம் கொடுத்து தன்னுடைய அஸிஸ்டென் டாக்கிக் கொண்டு, அவரை வசனகர்த்தாவாக்கி, தன் படங் களுக்கு வசனமும் எழுத வாய்ப்பளித்தார் இயக்குனர் ஸ்ரீதர் அவர்கள்.*

- *நாகர் கோயிலில் தயாரான 'மார்த்தாண்ட வர்மன்' என்ற மிகப் பழைய படம் இன்று வரை பாதுகாத்து வைக்கப்பட்டுள்ளது.*

- *பிரித்தானிய அரசு இந்திய மக்கள் தொடர்புத் சாதனத்தைத் தன் கட்டுப்பாட்டுக்குள் வைக்கத் தீர்மானித்து, இந்திய ஒளிப்பதிவு சட்டத்தின் மூலம் தணிக்கைத் துறையை 1918 ஆம் ஆண்டில் செயல்படுத்தியது.*

- *1927 ஆம் ஆண்டு தென்னிந்தியத் திரைப்பட வர்த்தக சபையின் முன்னோடியான 'தி மெட்ராஸ் ஃபிலிம் லீக்' நிறுவப்பட்டது. 1939 ஆம் ஆண்டு தென்னிந்தியத் திரைப்பட வர்த்தக சபை சென்னையில் நிறுவப்பட்டது. இதன் மூலம் தலைவராக எஸ்.சத்யமூர்த்தி கடமையாற்றினார்.*

- *சிவாஜி நடித்த 'அந்த நாள்' படத்தில் பாடல்களே கிடையாது - இயக்கம் வீணை எஸ். பாலச்சந்தர்.*

- *கலைஞர் கருணாநிதி 69 படங்களுக்கு வசனம் எழுதி உள்ளார். இதில் பல படங்களுக்கு கதை வசனம் பாடல்களையும் எழுதியுள்ளார்.*

- *'ஒளி விளக்கு' படம் தான் எம்.ஜி.ஆரின் 100-வது படம் அதற்காக எம்.ஜி.ஆர் நடித்த ஒரு தெலுங்கு, மற்றும் இந்திப் படங்களில் பட்டியலில் இருந்து நீக்கினார்கள்.*

- *சிவாஜி நடித்து பி.ஆர். பந்தலு இயக்கிய 'முரடண் முத்து' எ.பி. நாகராஜன் இயக்கிய 'நவராத்திரி' இரண்டுமே 1964 ஆம் ஆண்டு தீபாவளியில் ரிலீஸ் ஆனது. இரண்டு இயக்குநர்களுமே தங்கள்*

படமே 100-வது படமாக அமைய வேண்டும் என்று விரும்பினார். தீபாவளி அன்று காலை 6 மணிக்கு 'முரடன் முத்து' வை ரிலீஸ் செய்தனர். பிறகு 10 மணிக்கு நவராத்திரியை ரிலீஸ் செய்து அதையே 100 வது படமாக்கினார்கள்.

❖ 12 ஆண்டுகளில் சிவாஜி 100 படங்களிலும், பத்தே ஆண்டுகளில் கே.ஆர். விஜயா 100 படங்களிலும் நடித்து சாதனை படைத்தனர். 7 ஆண்டுகளில் ராதிகா 100 படங்களிலும், 6 ஆண்டுகளில் ராதா 100 படங்களில் நடித்து சாதனைப் படைத்தனர். 10 ஆண்டில் 162 படங்களில் ராதா நடித்தார்.

❖ எம்.ஜி.ஆருக்கு அதிக நாட்கள் ஓடிய படம் 'உலகம் சுற்றும் வாலிபன்' சிவாஜிக்கு பராசக்தி 294 நாட்கள் ரஜினிக்கு 'சந்திரமுகி' 888 நாட்கள், கமலுக்கு மூன்றாம் பிறை 329 நாட்கள், விஜய்க்கு பூவே உனக்காக 285 நாட்கள் அஜீத்துக்கு ஆசை 285 நாட்கள்.

❖ 1953-ல் கலைஞரின் கதை வசனத்தில் 'விடிவெள்ளி' என்ற படத்தில் எம்.ஜி.ஆர் நடிப்பதாக முடிவு செய்து வேலைகள் தொடங்கப்பட்டன. ஒரே போராட்டத்தில் கலைஞர் சிறைக்குச் சென்றால் படம் டிராப் ஆனது. 1960-ல் அதே பெயரில் கதை வசனம் எழுதி படத்தை இயக்கினார் ஸ்ரீதர் அவர்கள். சிவாஜி இப்படத்தில் கதாநாயகனாக நடித்ததோடு படத்தையும் அவரே தயாரித்தார். படம் 100 நாட்கள் ஓடி வெற்றி பெற்றது.

❖ எம்.ஜி.ஆருடன் கவுண்டமணி நடித்த ஒரே படம் 1976-ல் கே.சங்கர் இயக்கத்தில் வெளிவந்த 'உழைக்கும் கரங்கள்' என்ற படம். இதில் கவுண்டமணி கார் டிரைவராக ஒரு சிறிய வேடத்தில் நடித்திருப்பார்.

❖ 200 படங்களுக்கு திரைக்கதை ஒத்துழைப்பு, 40 படங்களுக்கு கதை வசனம், 18 படங்கள் தயாரித்தவர், 2 படங்களை இயக்கியவர் நடிகர், பாடலாசிரியர், என சிகரம் தொட்டவர்

கலைஞானம் அவர்கள். ரஜினிகாந்த், கீதா, வாணிஸ்ரீ, சுருளி ராஜன், எஸ்.எஸ்.சந்திரன், மாதவி, கமல்ஹாசன், ஸ்வப்னா போன்றவர்களை திரையுலகில் அறிமுகப்படுத்திய பெருமைக் குரியவர்.

- *1969*-ல் வெளிவந்து எம்.ஜி.ஆர் தயாரித்து நடித்த 'அடிமைப் பெண்' என்ற படம் மிகப் பெரிய வெற்றி பெற்று *175* நாட்கள் ஓடியது. இப்படத்திற்கு Film Fare Award மற்றும் *3* தமிழ்நாடு ஸ்டேட் அவார்டுகள் கிடைத்தன. இதில் Best Film, Best Female Character (Pandari Bai) Artist அவார்டுகள் அடங்கும்.

- தென்னகத்திலே முதல் சினிமாஸ் கோப் படம் சிவாஜி நடித்த 'ராஜராஜ சோழன்' என்ற படம். தெலுங்கில் என்.டி. ராமராவ் நடித்த படம். கன்னடத்தில் ராஜ்குமார் நடித்த 'மயூரா' என்ற படம். மலையாளத்தில் சிவாஜி, பிரேம் நஸீர் நடித்த 'தச்சோளி அம்பு' போன்றவைகள் முதல் சினிமாஸ்கோப் படங்களாகும்.

- சிவாஜியுடன் கே.ஆர்.விஜயா *42* படங்களிலும், பத்மினி *38* படங்களிலும் ஜோடியாக நடித்துள்ளனர்.

- சிவாஜியும், பிரபுவும் இணைந்து மொத்தம் *19* படங்களில் நடித்துள்ளனர்.

- *1931*-ல் வெளிவநத முதல் பேசும் படமான 'காளிதாஸ்' முதல் இந்த வருடம் *(2023)* கடைசியாக ஓ.டி.டி.யில் வெளியான 'வர்மா' வரை *6759* நேரடி தமிழ்ப் படங்கள் வெளிவந்துள்ளன. *3006* மொழி மாற்றுப் படங்கள் தமிழில் வந்துள்ளன.

- இந்தியாவிலேயே அதிக அளவாக தாசரி நாராயண ராவ் தெலுங்கில் *150* படங்களையும், தமிழில் இராம நாராயணன் *109* படங்களையும் இயக்கி சாதனைப் படைத்துள்ளனர்.

- அந்நாளில் 'பொன்னியின் செல்வன்' நாவலை திரைப்படமாக இயக்க முடிவு செய்தார் எம்.ஜி.ஆர். மேலும் அதில் வரும் வந்தியதேவன் கதாப்பாத்திரத்தில் அவர் நடிப்பதாகவும்

இருந்தது. டைரக்ஷன் எம்.ஜி.ஆர். இசை எம்.சுப்பையா ஒளிப்பதிவு ஜி.கே. ராமு என்ற முழு பக்க விளம்பரம் கூட பேப்பரில் வந்தது. என்ன காரணத்தினாலோ படம் கைவிடப் பட்டது.

❖ இந்திய திரைப்பட வரலாற்றில் தனி இடம் பெற்ற விவரணப் படம் எ.கே செட்டியார் தயாரித்து 1940-ல் வெளி வந்த 'மகாத்மா காந்தி' இவர் தென்னாப்பிரிக்கா, அமெரிக்கா, ஐரோப்பா மற்றும் ஆசிய நாடுகளுக்கும் பயணம் செய்து பல்லாயிரக்கணக்கான அடிகள் கொண்ட இந்த படத்தைத் தயாரித்தார். காணாமல் போனதாகக் கருதப்பட்ட, 1953-ல் ஹாலிவுட்டில் எடுக்கப்பட்ட இதன் ஆங்கிலப் படிவமானது, டாக்டர். வெங்கடாசலபதி என்பவரால் சான்பிரான்சிஸ்கோ மாநிலம் பல்கலைக்கழகத்தில் கண்டுபிடிக்கப்பட்டு ஜனவரி 16, 2006 ல் சென்னையில் காண்பிக்கப்பட்டது.

❖ விவரணப் படங்களுக்கென்றே உருவான 16 எம்.எம். கேமரா வும் புரொஜக்டரும் தமிழ்நாட்டிற்கு வந்தது. 50களிலும், 60 களிலும் இந்திய அரசின் திரைப்படப் பிரிவு பல சிறிய விவராணப் படங்களைத் தயாரித்தது.

❖ 'ஒரு கண் ஒரு பார்வை' (1998) விவரணப் படமெடுத்த ஞான ராஜசேகரன். 'அதிசயம் அற்புதம்' (1997) எடுத்த சிவகுமார் விவரணப் பட இயக்குனர்களாக குறிப்பிட வேண்டும். 1990ல் 'சலம் பென்னுகர்' எடுத்த 'குட்டி ஜப்பானின் குழந்தைகள்' விருதுகள் பெற்ற ஒரு விவரணப்படம்.

❖ மேகலா பிக்சர்ஸ் என்ற படக் கம்பெனியில் எம்.ஜி.ஆர், கருணாநிதி, முரசொலி மாறன், எம்.ஜி. சக்ரபாணி நால்வரும் பங்குதாரர்கள். நாம் படத்தை ஜீபிடர் பிக்சர்ஸுடன் இணைந்து மேகலா பிக்சர்ஸ் தயாரித்து படம் மாபெரும் வெற்றி பெற்றது. பூமாலை, காஞ்சித் தலைவன், வாலிப விருந்து, பூம்புகார் - மறக்க முடியுமா? எங்கள் தங்கள் உள்பட பல படங்களைத் தயாரித்தது.

- ஒரு படத்தில் கதாநாயகனுக்கு கட்-அவுட் வைக்காமல் காமெடியனுக்கு கட்அவுட் வைத்தார் ஏ.வி. எம் செட்டியார். அந்தப் படம் தான் 'காசேதான் கடவுளடா' கதாநாயகன் - முத்துராமன் - காமெடியன் - தேங்காய் சீனிவாசன் தியேட்டர் - பைலட்.

- எம்.ஜி.ஆர், சிவாஜி, ரஜினி, கமல் மற்றும் ஜெய்சங்கர், விஜயகுமார், ஜெய்கணேஷ், சிவகுமார், ஸ்ரீகாந்த், சுதாகர், மோகன் முதல் முத்துராமன் வரை எல்லா ஹீரோக்களையும் வைத்து படம் இயக்கிய ஒரே இயக்குனர் திரு. எ. ஜெந்நாதன் மட்டுமே. இதற்காகவே இவருக்கு டாக்டர் பட்டம் தரப் பட்டது.

- 'தேவகி' என்ற படத்தில் ஒரு பாடலில் மட்டும் நடித்த டி.எம்.எஸ் பிறகு 4 படங்களில் கதாநாயகனாக நடித்து அதில் சில படங்களை தயாரிக்கவும் செய்தார். இவர் இசையமைத்த ஒரே படம் 'பலப்பரீட்சை'

- பாடகர் எஸ்.பி.பி. 48 படங்களுக்கு இசையமைத்துள்ளார். பாடகர் மலேசியா வாசுதேவன் 7 படங்களுக்கு இசையமைத் துள்ளார். அத்துடன் ஒரு படத்தையும் இயக்கி தயாரித்துள்ளார்.

- தேவர் முதன் முதலில் தயாரித்த 'ஹாத்திமேரா சாத்தி' என்ற படம் 1971-ல் வந்தது. மக்கள் குடும்பம் குடும்பமாக வந்து கண்டுகளித்தனர். அந்நாளில் இப்படம் சுமார் 17 கோடி வசூலித்தது. அன்று 17 கோடி என்றால் இன்று அதன் மதிப்பு எவ்வளவு என்று பாருங்கள். இப்படம் சோவியத் யூனியனில் வளியாகி சுமார் 3 கோடியே 48 லட்சம் பேர் படத்தைப் பார்த்தனர். இந்தியிலும் சாதித்து விட்டீர்கள் என்று தேவரை நாகி ரெட்டியார் மிகவும் பாராட்டினார்.

- எம்.ஜி.ஆர், சிவாஜி இருவருக்கும் அதிகப் படங்களுக்கு வசனம் எழுதியவர் ஆரூர்தாஸ். இவர் 'பெண் என்றால் பெண்' என்ற படத்தை இயக்கினார். 'உனக்கு இது வேண்டாம்' என்று எம்.ஜி.ஆர் சொல்லியும் படத்தை இயக்கினாராம் ஆரூர்தாஸ்.

படம் படுதோல்வி அடைய, இதனால் எம்.ஜி.ஆர் படங்களுக்கு எழுதும் வாய்ப்புகள் கைவிட்டு போனதாம்.

* தமிழ் திரையுலகில் 30 வருடங்களுக்கு மேல் முன்னணி நடிகராக இருந்து ஜொலித்தவர் தான் விஜயகாந்த். இவர் கிட்டத்தட்ட 157 படங்கள் நடித்துள்ளார். அவருடைய 100-வது படமான கேப்டன் பிரபாகரன் மிகுந்த வரவேற்பைப் பெற்றது.

* மூன்று முதலமைச்சர்கள் ஒன்றாக, சேர்ந்து பணியாற்றிய படம் 'மருதநாட்டு இளவரசி' - இதில் கதாநாயகன் எம்.ஜி.ஆர் கதாநாயகி வி.என்.ஜானகி. படத்திற்கு வசனம் எழுதியவர் கலைஞர் - இதுதான் எம்.ஜி.ஆரும், ஜானகியும் சேர்ந்து நடித்த முதல் படம்.

* 132 படங்களில் நடித்த தெலுங்கு நடிகை விஜய நிர்மலா 43 படங்களை இயக்கி கின்னஸ் சாதனைப் படைத்துள்ளார். அதில் 31 படங்களை தன் கணவர் கிருஷ்ணாவை வைத்து இயக்கியுள்ளார். (நடிகர் கிருஷ்ணா நடிகர் மகேஷ்பாபுவின் தந்தை)

* 1923 ஆம் ஆண்டு இலங்கை வானொலி நிலையம் தன் முதல் ஒலிபரப்பைத் தொடங்கியது. இதுதான் முதல் வானொலி நிலையமாகும். தெற்காசியாவிலேயே இதுதான் முதல் வானொலி.

* அந்த காலத்தில் சூப்பர் ஸ்டாராக இருந்த தியாகராஜ பாகவதர் நடித்த ஒரு படத்திற்கு மிக அதிகமான சம்பளமாக 5000ரூபாய் கொடுத்தனர். ஆனால்! இலங்கைக் குயில் நடிகை தவமணி தேவிக்கு 16,000 என்று அதிகமான சம்பளத்தைக் கொடுத்தனர் என்பது வரலாறு.

* தென்னிந்தியாவில் ஆஸ்கர் விருது கமிட்டியில் இடம் பெற்றுள்ள ஒரே நடிகர் சூர்யா தான். (இதை எழுதும் போது)

* எம்.ஜி.ஆருக்கு அதிக பின்னணிப் பாடல்களைப் டி.எம். சவுந்தரராஜன் தான்.

- இயக்குனர் ஸ்ரீதர் அவர்களால் 'வெண்ணிற ஆடை' என்ற படத்தில் அறிமுகமாகி தொடர்ந்து 52 வருடங்கள் வரை நடித்தவர். 700 படங்களுக்கு மேல் நடித்து தானாக ஓய்வு பெற்ற நடிகர் திரு. வெண்ணிற ஆடை மூர்த்தி அவர்கள்.

- எம்.ஆர்.ராதா பெண் வேடமிட்டு நடித்த ஒரே படம் 'மாடப்புறா' என்ற படம். இதில் எம்.ஜி.ஆருக்கு உதவி செய்பவ ராக எம்.ஆர். ராதா பெண் வேடத்தில் நடித்தார். நடிகை வசந்தி எம்.ஜி.ஆருடன் ஜோடியாக நடித்த ஒரே படம் இது மட்டுமே.

- 1960-ல் ஆப்பிரிக்கா ஆசியா விருது வாங்கிய முதல் இந்திய நடிகர் சிவாஜி கணேசன் அவர்கள்.

- 1963ல் மாநில அளவில் திரைப்பட விருதுகள் அமைக்கப் பட்டன. இதில் எம்.ஜி.ஆர் நடித்த 'காவல்காரன்' அவ்விருதைப் பெற்ற முதல் படமாகும்.

- தமிழில் பேசும் படம் தயாரிக்கும் முதல் முயற்சி மும்பையி லுள்ள 'சாகா மூவிடோன்' என்ற நிறுவனத்தால் 1930-ம் ஆண்டு மேற்கொள்ளப்பட்டது. 'குறத்தி பாட்டும் டான்ஸும்' என்ற 4 ரீல்கள் கொண்ட குறும்படமே, தமிழில் முதன் முதலில் வெளி வந்த பேசும் படம். எச்.எம். ரெட்டி இயக்த்தில் முழு நீளதமிழ்ப் படமான 'காளிதாஸ்' அதே வருடத்தில் வெளிவந்தது.

- பேசும் படம் ஆரம்பித்து முதல் 4 ஆண்டுகளில் தமிழ்த் திரைப் படங்கள் மும்பையிலும், கொல்கத்தாவிலுமே தயாரிக்கப் பட்டன. சென்னையில் ஒலிப்பதிவு தொழில்நுட்ப வசதிகள் அற்ற அவ்வாண்டுகளில் 1934 ஆம் ஆண்டு தென்னிந்தியாவில் முதல் பேசும் படம் படதயாரிப்பு நிறுவனம் நிறுவப்பட்டது.

- இயக்குனர் ஸ்ரீதர் அவர்கள் நடத்திய 'சித்ராலயா' என்ற சினிமாப் பத்திரிக்கையில் நடிகர் வெ.ஆடை மூர்த்தி அவர்கள் சப்-எடிட்டராக மூன்று வருடங்கள் பணியாற்றியுள்ளார்.

- எம்.ஜி.ஆர் நடித்த ஒரே காமெடி படம் 'சபாஷ் மாப்பிள்ளை' எம்.ஆர். ராதாவும், எம்.ஜி.ஆரும் சேர்ந்து நடித்த முதல் படம்

இது. எம்.ஜி.ஆர் நடித்த படத்தில் வில்லன் இல்லாத ஒரே படம் இதுதான் - இதில் வில்லன்கள் எல்லாம் நல்லவர்களாக நடித்திருப்பார்கள்.

❖ பழம்பெரும் நடிகர் பி.வி. சின்னப்பா நடித்த மொத்த படங்களின் எண்ணிக்கை 26 மட்டுமே. ஆனால் அத்தனையும் 100 நாட்களுக்கு மேல் ஓடி வசூலை வாரி குவித்தது. அந்நாளில் ஒரு லட்ச ரூபாய் சம்பளம் வாங்கிய நடிகர் இவர். பல நூறு ஏக்கர் நிலமும், 40 வீடுகளும் வாங்கியவர்.

❖ மாடர்ன் தியேட்டர்ஸ் நடத்திய பத்திரிக்கைக்கு ஆசிரியராகப் பணிபுரிந்தார் கவிஞர் கண்ணதாசன். அதற்காக அவருக்கு கொடுக்கப்பட்ட சம்பளம் 125 ரூபாய் ஓ.ஏ.கே. தேவர், சீர்காழி கோவிந்தராஜன், கே.கே. சௌந்தர் இவர்கள் அனைவருக்கும் தலா 50 ரூபாய் சம்பளம் தரப்பட்டது.

❖ இதுவரை 6 முறை சிறந்த பாடகிக்கான தேசிய விருதைப் பெற்றுள்ளார் பின்னணிப் பாடகி கே.எஸ்.சித்ரா அவர்கள். தமிழ், தெலுங்கு, மலையாளம், கன்னடம், பெங்காலி, ஒடியா, துளு, பஞ்சாபி, ராஜஸ்தானி, இங்கிலீஷ், லத்தீன், அரபிக் உள்ளிட்ட பல மொழிகளில் 25,000த்துக்கும் மேற்பட்ட பாடல்களை பாடியுள்ளார்.

❖ சிவாஜியுடன் நடித்து எம்.ஜி. ஆர் உடன் கதாநாயகியாக நடிக்காமல் போன 5 நடிகைகள், ஸ்ரீதேவி, உஷா நந்தினி, சுஜாதா, பிரமிளா, ஸ்ரீவித்யா ஆவர். இவர்கள் டாப் ஹீரோயின்களாக சினிமாவில் கலக்கினாலும் அவர்களால் எம்.ஜி.ஆர் உடன் மட்டும் இணைந்து நடிக்க வாய்ப்பு கிடைக்காமல் போனதை துரதிஷ்டமாக நினைத்தனர். இதற்காக அவர்கள் பலமுறை முயற்சி செய்தும் அவர்கள் கனவு நிறைவேறாத கனவாகவே மாறியது.

❖ 19 ஆம் நூற்றாண்டு காலத்தில் லூமியேர் சகோதரர்களின் கண்டுபிடிப்பான நகரும் படம் 'ரயிலில் வருகை' என்ற படம். (ரயில் ஒன்று ரயில் நிலையத்தில் வந்து நிற்பதுதான் மொத்த

படமே) ஆரம்பத்தில் அதைப் பார்த்த மக்கள் தம் மீது மோதி விடும் என்று அலறி அடித்துக் கொண்டு ஓடினாராம். இரண்டே ஆண்டுகளில் இப்படம் சென்னைக்கு வந்துவிட்டது.

- ஒரே காட்சியில் இருவர் தோன்றும் 'துருவர்' (1935) திரைப் படத்தில் நவீனத் தொழில்நுட்பம் முதன் முதலாக கையாளப் பட்டது. அத்திரைப்படத்தில் சிவபாக்கியம் ஒரு ராணி யாகவும், கை பார்க்கும் குறத்தியாகவும், ஒரே காட்சியில் தோன்றியது குறிப்பிடத்தக்கது.

- 1937-ல் வெளியான 'சிந்தாமணி' என்ற படம் ஒரே திரை யரங்கில் ஒரு ஆண்டுக்கு மேல் ஓடிய முதல் தமிழ்ப்படம் என்ற புதிய சாதனையைப் படைத்தது.

- மாடர்ன் தியேட்டர்ஸ் டி.ஆர். சுந்தரம் அவர்கள் தயாரித்த 'பொன்முடி' என்ற படத்திற்கு திரு. விஜயன் என்ற கேமரா மேனுக்கு Best Cameraman விருதை Hollywood Cameraman Association வழங்கியது. உலகளவில் விருது பெற்ற முதல் படம் தான் இந்த பொன்முடி.

- இந்தியாவிலேயே இரண்டு நடிகர்கள் தான் International Film Festivalலில் Best Actor Award ஐ வாங்கியவர்கள். சிவாஜி கணேசனும், எஸ்.வி. ரங்காராவும் ஆவார்கள். வீரபாண்டிய கட்டபொம்மனுக்காக சிவாஜிக்கும் 'நர்த்தனசாலா' என்ற தெலுங்கு படத்திற்காக எஸ்.வி. ரங்காராவுக்கும் அந்த விருது தரப்பட்டது.

- தமிழ்நாட்டில் அதுவும் சென்னையில் ஈஞ்சம்பாக்கம் இ.சி.ஆர் ரோட்டில் பிரார்த்தனா எனும் ஒரே ஒரு டிரைவ் - இன்- தியேட்டர் இருந்தது. இது 1991 ஆம் ஆண்டு திறக்கப்பட்டது. இதன் பரப்பளவு 29 ஏக்கர் ஆகும். இதன் திரை 100க்கு 60 அடி என்ற அளவில் கான்கிரீட்டால் ஆனது. இப்போது இந்த தியேட்டர் இல்லை.

- எல்லா கதாநாயகர்களுமே ஏதாவது ஒரு படத்தில் கெஸ்ட் ரோலில் நடித்திருப்பார்கள். தன்னுடைய வாழ்நாளில்

கெஸ்ட்ரோல் செய்யாத ஒரு ஹீரோ என்றால் அது மக்கள் திலகம் எம்.ஜி.ஆர் மட்டும் தான்.

❖ பின்னணிப் பாடகி எஸ்.ஜானகி அவர்கள் 'மௌன போராட்டம்' என்ற தெலுங்குப் படத்துக்கு இசையமைத்திருக்கிறார். அதே பெயரில் அப்படம் தமிழிலும் மொழி மாற்றம் செய்யப்பட்டது.

❖ திரையுலகின் மிக உயரிய விருதான 95-வது ஆஸ்கார் விருதை தெலுங்கு பாடலான 'நாட்டு நாட்டு' பாடல் சிறந்த பாடலுக்கான விருதைப் பெற்றுள்ளது. ராஜமௌலி இயக்கத்தில் வெளியான ஆர்.ஆர்.ஆர் படத்தில் சந்திரபோஸ் எழுதி கீரவாளி இசையமைத்துள்ளார். தென்னிந்தியாவில் ஆஸ்கார் விருது பெற்றவர்கள் வரிசையில் இவர்கள் இரண்டாவது. முதலில் பெற்றவர் ஏ.ஆர்.ரஹ்மான், இது தென்னிந்தியாவிற்கு மிகப் பெரிய பெருமை.

❖ ஆஸ்கார் விருது கமிட்டியில் இந்தி திரையுலக நட்சத்திரங்களான அமிதாப்பச்சன், ஷாருக்கான், சல்மான்கான், அமீர்கான், வித்யாபாலன், காஜோல் ஆகியோர் உள்ளனர். இந்தக் கமிட்டியில் 10 ஆயிரத்திற்கும் மேற்பட்டோர் உறுப்பினராக உள்ளனர். இதில் 9,500 பேர் வாக்களிக்கும் உரிமைப் பெற்றவர்கள்.

❖ குடி குடியை எப்படி கெடுக்கும் என்பதைப் பற்றி சொல்லும் திரைப்படம் ராஜாஜீ எழுதிய 'திக்கற்ற பார்வதி' படம் பெரிய வெற்றி பெறவில்லை என்றாலும் இதன் சிறப்பு கருதி தமிழக அரசு விலை கொடுத்து வாங்கிய ஒரே படம் என்ற பெருமையை பெற்றது. பல இடங்களில் இப்படத்தை இலவசமாகவே திரையிட்டு காட்டப்பட்டது.

❖ 1942-ல் 'மனோன்மணி' என்ற படத்தில் துணை இசையமைப்பாளராக அறிமுகமான கே.வி. மகாதேவன் 12 வருடம் எந்த வாய்ப்பும் இல்லாமல் 1954-ல் புதிய வாய்ப்பு வந்து 1990-ல் 'முருகனே சரணம்' என்ற கடைசி படம் வரை சுமார் 1500

படங்களுக்கு இசையமைத்தார். 'சங்கரா புராணம்' என்ற படத்திற்கு தேசிய விருது கிடைத்தது. மெட்டுக்கு பாட்டெழு தாமல், பாட்டுக்கு மெட்டமைப்பது இவரது தனிச்சிறப்பு.

❖ தமிழ் சினிமா வரலாற்றில் 100 படத்தில் நடித்த முதல் நடிகர் சிவாஜி அவர்கள் தான். அதே போல் 200 படத்தில் நடித்து முடித்த முதல் கதாநாயகனும் இவர்தான். தான் நடித்த இரண்டு படமும் ஒரே நாளில் வெளிட்ட முதல் நடிகர் இவர்தான். (100-வது படம் 'நவராத்திரி' 200-வது படம் 'திரிசூலம்')

❖ ஒரு காலத்தில் எம்.ஜி.ஆர் நடித்த 'நீரும் நெருப்பும்', சிவாஜி நடித்த 'பாபு', ஜெய்சங்கர் நடித்த 'வீட்டுக்கு ஒரு பிள்ளை' ஆகிய மூன்று படங்களும் ஒரே நேரத்தில் ரிலீஸ் ஆக இவைகளுடன் கே.எஸ்.ஜி தயாரித்து இயக்கிய 'ஆதிபராசக்தி' எனும் பக்தி படமும் ரிலீஸ் ஆகி, மற்ற 3 படங்களையும் பின்னுக்குத் தள்ளி வசூலில் முதல் இடத்தைப் பெற்று பெரும் சாதனைப் படைத்தது என்பது ஒரு வரலாறு.

❖ நடிகை 'செம்மீன்' ஷீலா முதன் முதலில் ஒரு நாடகத்தைப் பார்த்தார். அது எஸ்.எஸ்.ஆர் நடித்தது. பார்த்த உடனே தனக்கும் நாடகத்தில் நடிக்க வாய்ப்பு வேண்டும் என்று கேட்டார். அதிக ஆர்வத்துடன் இவர் இருந்ததாலும் எஸ்.எஸ்.ஆரும் நடிக்க வாய்ப்பு தந்தார். அந்த நாடகத்தைப் பார்க்க வந்த இயக்குநர் ராமண்ணா தன்னுடைய 'பாசம்' படத்தில் எம்.ஜி.ஆருக்கு காதலியாக நடிக்க வைத்தார்.

❖ நடிகர் திலகம் சிவாஜியை வைத்து நடிகையர் திலகம் சாவித்திரி ஒரு படத்தை தயாரித்து இயக்கினார். படத்தின் பெயர் 'பிராப்தம்' படம் பெரிய தோல்வி அடைந்து சாவித்திரியை கஷ்டத்தில் தள்ளியது.

❖ நடிகர் எஸ்.எஸ். ராஜேந்திரன் அவர்கள் கடைசி வரை புராண படங்களில் நடிக்க மறுத்தார். திராவிடக் கொள்கையை கடைசி வரை பின்பற்றி நடித்ததால் தான் அவருக்கு இலட்சிய நடிகர் என்ற பட்டம் தரப்பட்டது.

❖ எம்.ஜி.ஆர், சிவாஜியை விட அதிக சம்பளம் வாங்கிய தமிழ் சினிமாவின் முதல் கனவுக்கன்னி மற்றும் சென்னையில் முதன் முதலாக தியேட்டர் வாங்கிய பெருமைக்குரிய நடிகை டி.ஆர். ராஜகுமாரி அவர்கள்தான். இவர் 1939 ஆம் ஆண்டு அறிமுக மானவர். எம்.கே.டி. மற்றும் பி.வி. சின்னப்பா இருவருக்கும் ஜோடியாக நடித்து புகழின் உச்சியைத் தொட்டவர்.

❖ எல்லா நடிகர்களுடன் கதாநாயகியாக நடித்த நடிகை எல். விஜயலட்சுமி, 'குடியிருந்த கோயில்' என்ற படத்தில் 'ஆடலுடன் பாடலைக் கேட்டு ரசிப்பதில் தான் சுகம்' என்று முதன் முதலில் பஞ்சாபி நடனத்தை எம்.ஜி.ஆர் உடன் ஆடிய விஜயலட்சுமி திருமணத்திற்கு பிறகு அமெரிக்காவில் செட்டில் ஆகி ஆடிட்டருக்குப் படித்து ஆடிட்டராக பணிபுரிந்தார்.

❖ கே.ஜே. யேசுதாஸ் முதன் முதலில் பாடிய பாடல் 'பொம்மை' என்ற படத்தில். நீயும் பொம்மை நானும் பொம்மை என்ற பாடல். படத்தை எழுதி இயக்கி தயாரித்தவர் பிரபல இயக்குனர் திரு.எஸ். பாலசந்தர் அவர்கள்.

❖ காமெடி நடிகர் வெ.ஆடை மூர்த்தி அவர்கள் கதை எழுதிய 'மாலை சூடவா' என்ற படத்தில் கமலஹாசன் கதாநாயகனாக நடித்துள்ளார். இயக்கம் சி.வி. ராஜேந்திரன்.

❖ எம்.ஜி.ஆர் உடன் 26 படங்களிலும் சிவாஜியுடன் 22 படங் களிலும், அவர்களுடன் அதிகமாக ஜோடி சேர்ந்த நடிகை என்ற பெயரைப் பெற்றவர் சரோஜாதேவி.

❖ திரையுலகில் 5 முதலமைச்சர்களுடன் சேர்ந்து பணிபுரிந்த நடிகை ஆச்சி மனோரமா அவர்கள் மட்டும் தான். அண்ணா துரை, கலைஞர், என்.டி. ராமராவ். எம்.ஜி.ஆர், ஜெயலலிதா. இவர்களுடன் பணிபுரிந்த பெருமையைப் பெற்றார்.

❖ எல்லா மொழிகளிலும் சேர்த்து சுமார் 500 படங்களில் நடித்தவர் நடிகை கே.ஆர். விஜயா அவர்கள். 1963 ஆம் ஆண்டு 'கற்பகம்' என்ற படத்தில் அறிமுகமாகி 1984 ஆம் ஆண்டு 'தராசு' என்ற

படம் வரை 20 வருடங்கள் கதாநாயகியாகவே நடித்த ஒரே நடிகை இவர் மட்டும் தான். முதல் படத்தையும் 100-வது படத்தையும் இயக்கியவர் இயக்குனர் திலகம் கே.எஸ். கோபால கிருஷ்ணன் அவர்கள். சொந்தமாக விமானம் வைத்திருந்தவர்.

- மூன்று முக்கிய கேரக்டர்களுடன் ஸ்ரீதர் இயக்கிய ‘நெஞ்சில் ஓர் ஆலயம்’ என்ற படம் அந்நாளில் 175 நாட்கள் ஓடி, தயாரிப்பு பட்ஜெட்டை விட 10 மடங்கு லாபம் சம்பாதித்தது. எம்.ஜி.ஆர், சிவாஜி படத்துக்கு கூட இல்லாத வசூல் கிடைத்தது. தெலுங்கு, கன்னடம், ஹிந்தி, மலையாளம் என பல மொழிகளில் ரீமேக் செய்யப்பட்டு, ஏராளமான வருவாய் கிடைத்தது. தமிழல் சிறந்த படம் என்ற தேசிய விருதையும் பெற்றது. 1962 ஆம் ஆண்டு வெளிவந்த படம் இது.
- 6 முதலமைச்சர்களுடன் பணியாற்றிய பெருமைக் கொண்டவர் நடிகர் பி.எஸ். வீரப்பா அவர்கள். அண்ணாதுரை, கருணாநிதி, எம்.ஜி.ஆர், என்.டி.ராமாராவ், வி.என். ஜானகி, ஜெயலலிதா ஆகியோர்களுடன் நடித்துள்ளார். அவர்களுடைய படங்களை யும் தயாரித்துள்ளார்.
- நடிகை பத்மினி சிவாஜியுடன் மட்டும் சேர்ந்து சுமார் 40 படங்களுக்கு மேல் நடித்திருக்கிறார். இது ஒரு வரலாறு.
- நாகேஷ் ஹீரோவாக நடித்த ‘சர்வர் சுந்தரம்’ என்ற படத்தின் மூலமாகதான் கவுண்டமணி தமிழ் சினிமாவில் அறிமுக மானார். அந்தப் படத்தில் கார் ஓட்டுனராக ஒரு சின்ன கதா பாத்திரத்தில் நடித்திருப்பார். எம்.ஜி.ஆர் உடன் ‘உழைக்கும் கரங்கள்’ - ‘நல்லதை நாடு கேட்கும்’ போன்ற படங்களில் கூட்டத்தில் ஒருவராக நடித்திருப்பார்.
- சிவாஜி நடித்த மிகப் பெரிய வெற்றியடைந்த ‘பாசமலர்’ படத்தின் தயாரிப்பாளர் யார் தெரியுமா? அவர்தான் நடிகர், இயக்குநர் சந்தான பாரதியின் தந்தை நடிகர் சந்தானம் அவர்கள். இவர் சிவாஜியின் நெருங்கிய நண்பர்களில் ஒருவர்.

- இந்திய சினிமா வரலாற்றில் அரசியலில் ஈடுபட்டு முதன் முதலாக சட்டமன்ற உறுப்பினராக தேர்ந்தெடுக்கப்பட்டவர் நடிகர் திரு. எஸ்.எஸ். ராஜேந்திரன் அவர்கள்தான். தமிழ் நாட்டில் மட்டுமல்ல இந்தியாவிலேயே அவர் தான் நடிகர்களில் முதல் எம்.எல்.ஏ.
- சுமார் 50 அல்லது 60 ஆண்டுகளுக்கு முன்பே எம்.ஜி.ஆர், சிவாஜி படங்கள் கோடிகளில் வசூல் செய்துள்ளன. உலகம் சுற்றும் வாலிபன் 4.2 கோடி, திரிசூலம் 5 கோடிக்கு மேல்.
- 'தசாவதாரம்' படத்தில் 10 கெட்டப்புகள் போட்ட கமலுக்கு முன்பே 'மருத நாட்டு வீரன்' என்ற படத்தில் 13 கெட்டப்புகள் போட்டு அசத்தியிருப்பார் சிவாஜி.
- இந்தியாவின் முதல் விண்வெளி படம் இயக்குநர் எ.காசிலிங்கம் இயக்கி எம்.ஜி.ஆர் பானுமதி நடித்த 'கலையரசி' என்றபடம். இப்படம் வசூலில் பெரிய வெற்றியடையவில்லை.
- 17 மொழிகளில் 40 ஆயிரம் பாடல்களைப் பாடி 4 தேசிய விருதுகள் வாங்கிய ஒரே பின்னணிப் பாடகி திருமதி எஸ். ஜானகி அவர்கள்.
- 6 தேசிய விருது, 5 ஃபிலிம் ஃபேர் விருது, 36 மாநில விருது, கலைமாமணி விருது, பத்மஸ்ரீ விருது என பல விருதுகள் வாங்கி யவர் பாடகி சின்னக்குயில் சித்ரா அவர்கள். எல்லா மொழி களிலும் சேர்த்து இவர் பாடிய மொத்தப் பாடல்களின் எண்ணிக்கை 25,000 த்தை தாண்டுகிறது.
- 1966 ஆம் வருடம் எம்.ஜி.ஆர் நடித்து வெளிவந்த படம் 'முகரராசி' இது தேவர் ஃபிலிம்ஸ் தயாரிப்பில் மிகக் குறைந்த நாட்களில் எடுத்த படம். அதாவது 18 நாட்களில்.
- அந்தக் காலத்தில் 1965-ல் சென்னையில் வசித்த மொத்த ஜனங்களான 20 லட்சம் பேரில் 12 லட்சம் பேர் எம்.ஜி.ஆர் நடித்த 'எங்க வீட்டுப் பிள்ளை' பார்த்திருக்கிறார்கள் என்பது சாதாரண சாதனை கிடையாது.

- எம்.ஜி.ஆர் நடித்த 'திருடாதே' என்ற படத்திற்கு மா.லட்சுமணன் என்பவர் தான் இந்தத் தலைப்பை சொன்னார். எம்.ஜி.ஆர். அவருக்கு 500 ரூபாயைக் கொடுத்து 'நீ கொடுத்த டைட்டில்க்கு என் பரிசு' என்றார்.

- இந்தியாவில் முதல் சைலன்ட் படம் 1987ல் சிங்கீதம் சீனிவாச ராவ் இயக்கதில் கமல் நடித்த 'புஷ்பக விமானம்' என்ற படம். இப்படத்திற்கு ரசிகர்கள் நல்ல வரவேற்பு கொடுத்தனர். படம் முழுதும் யாருக்கும் வசனம் கிடையாது. படத்தில் ஒரு கேரக்டர் கூட பேசாது.

- 1907 ஆம் ஆண்டு இந்தியாவில் கல்கத்தாவில் தான் முதல் சினிமா தியேட்டர் கட்டப்பட்டது. அந்தத் தியேட்டரின் பெயர் 'சாப்ளின் சினிமா' - அந்தத் தியேட்டர் இப்பொழுது இல்லை. இடித்து தரைமட்டமாக்கப்பட்டது.

- 1914 ஆம் ஆண்டு இந்தியாவின் 2-வது தியேட்டர் தமிழ் நாட்டில் கோயம்புத்தூரில் கட்டப்பட்டது. அதன் பெயர் 'டிலைட்' (Delight) தியேட்டர். இது Variety Hall Road - ல் உள்ளது. இதன் உரிமையாளர் சாமிகண்ணு வின்சென்ட் இந்தத் தியேட்டரின் ஆரம்ப பெயர் 'வெரைட்டி ஹால்' 108 ஆண்டு களாக இன்னும் இயங்கிக் கொண்டிருக்கின்றது.

- அமெரிக்காவில் நயாகரா நகரில் ஒரு நாள் மேயராக பதவி வகித்தவர் நடிகர் சிவாஜி கணேசன் அவர்கள்.

- 1956 ஆம் ஆண்டு தமிழில் வெளியான 'தெனாலிராமன்' என்ற படத்தின் மூலம் பாடகியாக தனது பயணத்தை தொடங்கினார் பாடகி பி.சுசீலா அவர்கள்.

- நகைச்சுவை நடிகர் தேங்காய் சீனிவாசனுக்கு தேங்காய் சீனிவாசன் என்று அடைமொழி வைத்து முதன் முதலில் அழைத்தவர் நடிகர் 'டணால்' தங்கவேலு அவர்கள்.

- திரைப்பட இசையமைப்பாளர்கள் மற்றும் இசைக் கலைஞர்கள் யூனியனை முதன் முதலில் ஆரம்பித்தவர் இசை

யமைப்பாளர் எம்.பி. சீனிவாசன் அவர்கள். திரைத்துறைக் கென்று ஆரம்பித்த முதல் யூனியன் இதுதான்.

* தமிழில் இதுவரை வந்த படங்களிலேயே எம்.ஜி.ஆர் நடித்த 'நாடோடி மன்னன்' படம் தான் நீளமான படம். 220 நிமிடம் ஓடக் கூடியது. கிட்டத்தட்ட 3 3/4 மணி நேரம். இதற்கு இரண்டு இடைவேளை விடுவார்களாம். இதற்கு முன் வெளி யான 'ஆயிரம் தலை வாங்கிய அபூர்வ சிந்தாமணி' 214 நிமிடம், சம்பூர்ண ராமாயணம் 204 நிமிடம் என்ற வகையில்தான் வந்துள்ளது.

* இரண்டு முறை தேசிய விருது பெற்ற இசையமைப்பாளர் திரு. கே.வி. மகாதேவன் அவர்கள்.

* எஸ்.எஸ்.ஆர் விஜயகுமாரி நடித்து திருலோக சந்தர் இயக்கிய 'நானும் ஒரு பெண்' என்ற படத்திற்கு மத்திய அரசின் வெள்ளிப் பதக்கம் கிடைத்தது.

* முதல் படத்தில் ஜெயலலிதாவுடன் ஹீரோவாக நடித்த ஸ்ரீகாந்த் எம்.ஜி.ஆர் உடன் ஒரு படத்தில் கூட நடிக்கவில்லை. சிவாஜி உள்பட அனைத்து நடிகர்களுடன் நடித்தவர். 40 ஆண்டுகளுக்கு மேலான திரைப்பயணத்தில் சுமார் 200 படங்கள்வரை நடித்துள்ளார்.

* சேலத்தில் திருச்செங்கோடு ராமலிங்கம் சுந்தரம் (டி.ஆர். சுந்தரம்) என்பவரால் 1935 ஆம் ஆண்டு தொடங்கி திரைப்பட தயாரிப்பு நிறுவனம் தான் மாடர்ன் தியேட்டர்ஸ். தென்னிந் தியாவில் முதல் முறையாக உருவாக்கப்பட்ட பெரிய திரைப் படக் கூடம் இது.

* 1970 ஆம் ஆண்டு தயாரான 'உலகம் சுற்றும் வாலிபன்' திரைப் படம் 3 ஆண்டு கழித்து 1973 ஆம் ஆண்டு ரிலீஸ் ஆகி பெரும் வெற்றி பெற்றது. இப்படத்தில் மொத்தம் 13 பாடல்கள் இடம் பெற்றிருந்தன.

- 1969-ல் தயாரான 'அடிமைப்பெண்' என்ற படத்தில் 'தாயில்லாமல் நானில்லை' என்ற பாடலை 40 கவிஞர்கள் எழுதி, அதில் எம்.ஜி.ஆர் திருப்தி அடையவில்லை. கடைசியில் ஆலங்குடி சோமு எழுதிய பாடல் ஓகே ஆகி முதலில் எஸ்.பி.பி அப்பாடலைப் பாடி எம்.ஜி.ஆர் திருப்தி அடையாததால் டி.எம்.எஸ். அந்தப் பாடலை பாடினார். இந்தப் பாடல் முதல் தன் சம்பளத்தை 1000க்கு உயர்த்தினார் டி.எம்.எஸ்.

- முதல் முறையாக கலர் படத்தை தயாரித்த பெருமை மாடர்ன் தியேட்டர்ஸ்க்கு உண்டு. 1940-லேயே பேசும் படத்தை முதன் முதலில் பி.வி. சின்னப்பாவை வைத்து உத்தமபுத்திரன் என்ற இரட்டை வேடம் படத்தை தயாரித்து வெளியிட்டது.

- 1965 ஆம் ஆண்டு இந்தியா - பாகிஸ்தான் போரில் வீரர்களுக்கு நிதி வசூல் செய்வதற்காக சித்ராலயா கோபி அவர்கள் எழுதி சிவாஜி நடித்து இயக்கிய நாடகம் தான் 'கலாட்டா கல்யாணம்' பின் நாளில் சி.வி. ராஜேந்திரன் இயக்கத்தில் அது படமாகி வெற்றி பெற்றது.

- இந்திய திரையுலகில் முதன் முதலில் ரூ. 100 கோடி வசூல் செய்து சாதனைப் படைத்த படம் இந்தியில் வந்த 'டிஸ்கோ டான்ஸர்' என்ற படம். 1982-ல் மிதுன் சக்கரவர்த்தி ஹீரோவாக நடித்தது. இந்தப்படம் மத்திய ஆசியா, கிழக்கு ஐரோப்பா, ரஷ்யா, சீனா போன்ற நாடுகளில் ஏகோபித்த வசூல் செய்தது.

- பழம்பெரும் இயக்குனர் ஜோசப் தளியத் தயாரிப்பு, இயக்கத்தில், ஜெய்சங்கர் அறிமுகமாகிய இரவும் பகலும் படத்தில்தான் குணசித்ர நடிகை காந்திமதியும் அறிமுக மானார்.

- நடிகர் எம்.ஆர். ராதா தான் நடித்த 'ரத்தக் கண்ணீர்' படத்திற்கு வாங்கிய சம்பளம் 1 1/4 லட்சம். அந்நாளில் அதிக சம்பளம் வாங்கிய நடிகை கே.பி. சுந்தரம்பாள் (1 லட்சம்) அவரை விட 25,000 அதிகம் வேண்டும் என்று கேட்டு வாங்கினார்.

- 6 முறை தேசிய விருது வாங்கிய எஸ்.பி.பி. இளையராஜா இசையமைத்த ஒரு தமிழ் பாடலுக்கு கூட தேசிய விருது வாங்கவில்லை. தெலுங்கில் 2 படங்களுக்கு வாங்கியிருக்கிறார். 1. சாகரசங்கமம். 2. ருத்ரவீரன். ரஹ்மான் இசையமைத்த 'தங்கத் தாமரை மகளே' என்ற தமிழ் பாடலுக்குத்தான் தேசிய விருது வாங்கினார்.

- நடிகர் சங்கத்தின் முதல் பெண் உறுப்பினர் யார் தெரியுமா? அவர் தான் எம்.என். ராஜம் அவர்கள். சமீபத்தில் நடிகர் சங்க நிர்வாகிகளால் ராஜம் கௌரவிக்கப்பட்டார்.

- எம்.ஜி.ஆர் நடித்த 'மன்னாதி மன்னன்' என்ற படத்தில் 'அச்சம் என்பது மடமையடா, அஞ்சாமை திராவிடர் உடமையடா' என்ற பாடலை அந்நாளில் இலங்கை அரசு வானொலியில் ஒலி பரப்ப தடை விதித்தது. ஆனால் நிகழ்ச்சி தொகுப்பாளர் கே.எஸ். ராஜா என்பவர் ஒருநாள் அதை தைரியமாக ஒலி பரப்பி விட்டார். அதனால் வானொலி வேந்தர் கே.எஸ். ராஜாவை வேலையிலிருந்து எடுத்து விட்டார்கள்.

- அந்நாளில் ஒரு சினிமாவில் கதாநாயகனாக எம்.கே. தியாகராஜ பாகவதருக்கு கொடுத்த சம்பளம் 5,000 ரூபாய். அப்பொழுது இலங்கையில் இருந்து வந்த கவர்ச்சி கன்னி தவமணி தேவி என்பவருக்கு கொடுக்கப்பட்ட சம்பளம் 16,000 ரூபாய். காரணம் அவள் ஒரு முதல் கவர்ச்சி நடிகை ஆவார்.

- தமிழ்த் திரையுலகில் முதல் இரட்டை வேடம் படத்தையும், முதல் மலையாளம், சிங்களம், மற்றும் ஆங்கிலப் படத்தை எடுத்தது என பல சாதனைகளைப் படைத்தது மாடர்ஸ் தியேட்டர்ஸ் நிறுவனமாகும்.

- நடிகை காந்திமதி கதாநாயகியாக நடித்த ஒரே படம். ஜெய காந்தனின் 'யாருக்காக அழுதான்' என்ற படம்.

- எம்.ஜி.ஆர் ஐ வைத்து 'மலைக்கள்ளன்' படம் எடுக்க திட்ட மிட்ட ஸ்ரீராமலு நாயுடு கலைஞர் வசனம் எழுதினால்

எம்.ஜி.ஆர். ஹீரோ என்றார். கதாசிரியர் நாமக்கல் கவிஞரோ காங்கிரஸ்காரர். கலைஞரே திராவிட கட்சியை சேர்ந்தவர். அதனால் வசனம் எழுத மறுக்க, பின் எம்.ஜி.ஆரின் வேண்டு கோளுக்கிணங்கி வசனம் எழுதித் தந்தார் கலைஞர்.

❖ தமிழ் சினிமாவில் அதிக பாடல்கள் கொண்ட படம் 1934-ல் வந்த 'ஸ்ரீ கிருஷ்ணலீலா' இதில் மொத்தம் 62 பாடல்கள். 1932ல் வந்த 'இந்தர்சபா'ங்கிற இந்தப் படத்துல மொத்தம் 72 பாடல்கள் இருந்தன.

❖ இலங்கையின் சிங்களப் படங்கள் அனைத்தும் சென்னையில் தான் தயார் ஆயின. ஏ.வி.எம். வாஹினி படத்தளங்களில்.

❖ தமிழ் சினிமாவின் பழைய இசைத் தட்டுகள் எல்லாம் இலங்கை வானொலி கருவூலத்தில் இன்றும் பாதுகாக்கப்பட்டு வருகின்றன.

❖ அந்தக் காலத்தில் விடுமுறை இல்லாமல் ஓயாமல் நடிகர்கள் உழைத்ததால், அவர்களுக்கு கட்டாயம் ஓய்வு வேண்டுமென்று நடிகர் சங்கத்தின் தலைவராக இருந்த அஞ்சலிதேவி அவர்கள் மாதத்தின் 2வது ஞாயிற்றுக்கிழமைகளில் படப்பிடிப்பை நடத்தக் கூடாது என்று உத்தரவிட்டாராம்.

❖ அந்த நாளில் வானொலியில் திரை இசைப்பாடல்களை ஒலி பரப்பக் கூடாது என்று சட்டத்தை கொண்டு வந்தது இந்திய அரசு.

❖ ராஜாஜீ அவர்கள் கதை எழுதி ஒரே ஒரு பாடல் மட்டும் எழுதி பணியாற்றிய ஒரே திரைப்படம் 'திக்கற்ற பார்வதி' 'என்ன குற்றம் செய்தேனோ' என்ற பாடல்.

❖ பிரபல வீணை வித்வான் சிட்டிபாபு அவர்கள் இசையமைத்த ஒரே படம் 'திக்கற்ற பார்வதி'

❖ 'திக்கற்ற பார்வதி' படத்திற்கு திரைக்கதை அமைத்து வசனம் எழுதி யவர் காரைக்குடி நாராயணன். அப்பொழுது அவருக்கு

வயது 19. அவருக்கு இதுதான் முதல் படம். இயக்கம் சிங்கீதம் சீனாவாசராவ் அவர்கள்.

* 'திக்கற்ற பார்வதி' படத்தின் வியாபாரம் போன்ற விஷயங்களை கையாள வேண்டிய நேரத்தில் அதற்கான கதையின் உரிமையை வழங்க, ஒப்பந்தத்தில் தயங்காமல் கையெழுத்திட்டார் ராஜாஜி. அவர் போட்ட கடைசி கையெழுத்து அதுவே. படம் வெளியான போது அவர் உயிரோடு இல்லை.

* இலங்கையில் முதல் வர்த்த ஒலிபரப்பு முதலில் ஆங்கிலத்தில் தான் ஆரம்பிக்கப்பட்டது. 25 மீட்டர் அலைவரிசையில் ஒலிபரப்பான இந்த ஒலிபரப்பு தான் எவரெஸ்ட் மலைக்கு டென்னிங் ஹிலரி சென்ற போது கேட்ட ஒரே வானொலி இது கின்னஸ் புத்தகத்தில் பதிவிடப்பட்டுள்ளது. ஆங்கிலத்தை தொடர்ந்து ஹிந்தியில ஒலிபரப்பானது. அதைத் தொடர்ந்து தமிழ் என்று ஆரம்பமானது.

* 1975 ஆம் ஆண்டு சிறந்த படம் என்ற தேசிய விருதைப் பெற்றுத் தந்தது 'திக்கற்ற பார்வதி' அந்த ஆண்டின் சிறந்த நடிகைக்கான போட்டியில் திக்கற்ற பார்வதியாக நடித்து லட்சுமி கடைசி நேரத்தில் அந்த வாய்ப்பை இழந்தார்.

* லட்சுமிக்கு விருது கொடுக்காததால் எழுத்தாளர் ஜெயகாந்தன் கடுமையான வார்த்தைகளால் தேசிய விருது குழுவில் உள்ளவர்களுக்கு கடிதம் எழுதி இந்தியா முழுவதும் இந்தப் படத்தைப் பற்றி பேச வைத்தார். தேசிய விருதை தவறவிட்ட லட்சுமிக்கு அதே ஆண்டில் சிறந்த நடிகைக்கான ஃபிலிம்பேர் விருது 'திக்கற்ற பார்வதி' படத்தின் மூலம் கிடைத்தது. மேலும் சிறந்த படத்திற்கான ஃபிலிம்பேர் விருதையும் தட்டிச் சென்றது 'திக்கற்ற பார்வதி'

* ஜெயகாந்தன் அவர்களின் 'சில நேரங்களில் சில மனிதர்கள்' என்ற படத்தில் அற்புதமாக நடித்த நடிகை லட்சுமிக்கு தேசிய விருது கிடைத்தது.

- தமிழ் சினிமாவின் முதல் நியோ நாயர் திரைப்படம் என்ற பெருமை கொண்ட திக்கற்ற பார்வதி படத்திற்கு வாங்கிய கடன் அடைக்க முடியாமல் படக்குழுவினர் தவித்தனர். ராஜாஜி அவர்களின் படம். மது ஒழிப்பை மையமாக வைத்து எடுக்கப்பட்ட படம் என்பதால் தமிழக அரசு அதன் மொத்த கடனையும் செலுத்தி அந்தப் படத்தை தமிழக அரசின சொத்தாக அமைத்துக் கொடுத்தார். அப்போதைய முதல்வர் எம்.ஜி.ஆர் அவர்கள். ஒரு அரசு ஒரு திரைப்படத்தின் கடனை அடைத்து, அரசு சொத்தாக மாற்றி அமைத்தது உலகில் எங்குமே நடைபெறாத ஒன்றாகும்.

- ஒரு பாடலை பாட முடியாமல், என்னால் 'இந்தப் பாடலை பாட முடியவில்லை' என்று பி.சுசீலா பாட மறுத்தார். ஆனால்! பாடலைப் பாடு உனக்கு விருது வரும் என்று கூறி பாட வைத்தார் எம்.எஸ்.வி அவர்கள். அந்தப் பாடல்தான் 'உயர்ந்த மனிதன்' என்ற படத்தில் வரும் 'நாளை இந்த வேளை பார்த்து ஓடிவா நிலா' என்ற பாடல். இந்தப் பாடலுக்குத்தான் சுசீலா அவர்களுக்கு தேசிய விருது கிடைத்தது.

- 1961-ம் ஆண்டு எம்.ஜி.ஆர் நடித்த 'திருடாதே' என்ற படத்தில் நடித்த சரோஜாதேவி வாங்கிய சம்பளம் 5000 ரூபாய் அந்தப் படத்தைத் தொடர்ந்து 30 படத்தில் நடிக்க சரோஜா தேவிக்கு வாய்ப்பு வந்தது என்பது வரலாறு.

- இலங்கை வானொலியில் தயாரித்த 'கோமாளிகள் கும்மாளம்' என்ற நாடகம் 'கோமாளிகள்' என்ற பெயரில் திரைப்படமாக தயாரிக்கப்பட்டது. அதில் நிகழ்ச்சி தொகுப்பாளர் அப்துல் ஹமீது என்பவர் பிராமணர் வேடத்தில் நடித்தார்.

- 1972 ஆம் ஆண்டு தயாரான 'திக்கற்ற பார்வதி' என்ற படத்தி மொத்த பட்ஜெட் 2.5 லட்சம் அதில் 80% இந்திய திரைப்பட நிதி கழகம் கடன் வழங்கியது - படம் ரிலீஸ் ஆக 3 வருடங் களானது.

- ‘திக்கற்ற பார்வதி’ என்ற படத்தில் Spl Permission வாங்கி உண்மையான நீதிமன்றங்களில், உண்மையான வழக்கறிஞர் களையும் ஊர் மக்களை துணை நடிகர்களாகவும் பயன்படுத்தி படப்பிடிப்பை நடத்தினார் இயக்குனர் சிங்கீதம் சீனிவாசராவ்.

- ஒரு பாட்டெழுத எம்.ஜி.ஆர் 40 கவிஞர்களை அழைத்தார் என்றார் உங்களால் நம்ப முடிகிறதா? ஆனால்! அதுதான் உண்மை. ‘அடிமைப் பெண்’ என்ற படத்தில் ‘தாயில்லாமல் நானில்லை’ என்ற பாடலுக்காக 39 கவிஞர்கள் எழுதியும் திருப்தியடையாத எம்.ஜி.ஆர் கடைசியாக ஆலங்குடி சோமு எழுதிய பாடலில்தான் திருப்தியடைந்தார்.

- 1963 ஆம் ஆண்டு வந்த ‘குங்குமம்’ படத்தில் சீர்காழி பாடிய ‘சின்னஞ்சிறிய வண்ணப் பறவை’ என்ற பாடல் சிவாஜி மறுத்து பின் டி.எம்.எஸ் ஆல் மறு ஒலிப்பதிவும் செய்யப்பட்டது. அதைக் கேள்விப்பட்ட சீர்காழி சிவாஜியைத் தொடர்பு கொண்டு ‘நீங்கள் பந்தி வையுங்கள். ஆனால்! அடுத்தவர் சாப்பிட்ட இலையில் மற்றொருவருக்கு சாப்பாடு போடா தீர்கள்’ என்று காட்டமாக பேசியுள்ளார்.

- நாமக்கல்லில் 1925 ஆம் ஆண்டு பிறந்து, சிறுவயது முதலலே நாடகங்களில் நடிப்பதில் ஈடுபாடு கொண்டவர். பம்மல் சம்மந்த முதலியாரின் ‘மனோகரா’ நாடகத்தில் மனோகரனாக சிறப்பா நடித்ததால் அவரது இயற்பெயரே மறைந்து போய் நாடகத்தில் நடித்த பாத்திரப் பெயரே நின்றுவிட்டது. அவர் தான் ராமசாமி சுப்ரமணியம் மனோகர் என்கிற ஆர்.எஸ். மனோகர். எம்.ஜி.ஆர் வுடன் பல படங்களில் வில்லனாக நடித்தவர்.

- ஜே.பி. சந்திரபாபு கஷ்ட காலத்தில் இருந்த போது ஒரு கிறிஸ்துமஸ் கொண்டாட பணமில்லாமல் இருந்தாராம். அப்பொழுது யாரும் எதிர்பாராத விதமாக எம்.ஜி.ஆர் 5000 ரூபாயை அனுப்பி வைத்து, ராமண்ணா டைரக்‌ஷனில் ‘பறக்கும் பாவை’ என்ற படத்திற்கு சொல்லி இருக்கிறேன் உன்

சம்பளம் 1 லட்ச ரூபாய் என்றாராம் - இது சந்திரபாபு தம்பி சொன்னது.

- 1977-78 ஆம் வருடத்தில் கவிஞர் கண்ணதாசனுக்கு கலை மாமணி விருது வந்தது. ஆனால்! கவிஞர் அதை வாங்க மறுத்து விட்டார். காரணம் விருது வழங்க ஆரம்பித்து 15 வருடங் களுக்குப் பிறகு அவருக்கு தந்ததால் அதை வேண்டாமென்று மறுத்தார்.

- மலையாள நடிகர் மம்முட்டி 50 வருடங்களில் 75 வயது வரை நடித்த மொத்த படங்களின் எண்ணிக்கை 410 ஆகும். இதை எழுதும் வருடம் 2024.

- திரையுலகினருக்கே அவ்வளவாக தெரியாத விஷயங்களில் ஒன்று நகைச்சுவை நடிகர் ஜே.பி. சந்திரபாபுவிற்கு ஸ்டாம்ப் வெளியிடப்பட்ட விஷயம் - இது சந்திரபாபுவின் உடன் பிறந்த சகோதரர் திரு. ஜவஹர் அவர்கள் ஒரு பேட்டியில் சொன்னது.

- சென்னையில் 1969 ஆம் வருடம் 'மெக்கனஸ் கோல்டு' என்ற ஆங்கிலப்படம் 'தேவி பாரடைஸ்' தியேட்டரில் 100 நாட்கள் ரிசர்வேஷன் செய்யப்பட்டே ஓடியது. இது ஒரு சாதனை. இந்தச் சாதனையை முறியடித்தது எம்.ஜி.ஆரின் உலகம் சுற்றும் வாலிபன். அதே தேவி பாரடைஸ் தியேட்டரில் 100 நாட் களுக்கு மேல் ரிசர்வேஷனிலேயே ஓடியது என்பது வரலாறு.

- எம்.ஜி.ஆர் அமெரிக்கா பயணம் போன போது 'எனது இந்திய சாதனையை முறியடித்த சாதனையாளரே வருக!' என வரவேற்றாராம் மெக்கனஸ் கோல்டு படத்தின் ஹீரோ கிரிகரிபெக் என்பவர்.

- பி.ஆர். பந்தலு தயாரித்த 'சபாஷ் மீனா' என்ற படத்தில் சிவாஜியும், சந்திரபாபுவும் கதாநாயகர்களாக நடித்தனர். அதில் சிவாஜிக்கு சம்பளம் 40,000 சந்திரபாபுவுக்கு சம்பளம் 1 லட்ச ரூபாய்.

- நான்கு மொழிகளில் தயாரிக்கப்பட்டு வெற்றி கண்ட படம் அறிஞர் அண்ணாவின் 'வேலைக்காரி' திரைப்படங்களில் முதன் முதலாக நீதிமன்றக் காட்சியில் பேசப்பட்ட வசனங்கள் ரசிகர்களால் பாராட்டப் பெற்றது வேலைக்காரி படத்தில் தான்.

- சினிமாவில் முதன் முதலில் 1 கோடி சம்பளம் வாங்கியது யார் தெரியுமா? ஒரு கோடி ரூபாய் சம்பளம் என்பது அன்றைய காலகட்டத்தில் மிகப் பெரிய விஷயம். இன்று 100 கோடிக்கு மேல் சம்பளம் வாங்கும் ரஜினி, கமல் அன்று ஒரு கோடி வாங்க பல வருடங்கள் ஆனது. அவர்களுக்கு முன்பாகவே! 1 கோடி சம்பளம் வாங்கியவர் நடிகர் ராஜ்கிரண் அவர்கள்.

- 1967 ஆம் ஆண்டு வெளிவந்த 'புதிய பூமி' என்ற படத்தில் வரும் 'நான் உங்கள் வீட்டு பிள்ளை'. இது ஊரறிந்த உண்மை என்ற பாடலை கண்ணதாசனோ, வாலியோ எழுதவில்லை. எழுதியவர் யார் தெரியுமா? இப்பாடலை எம்.ஜி.ஆருக்காக அப்பாடலாசிரியர் எழுதிய முதல் பாடல். அவர்தான் திரு. பூவை செங்குட்டுவன் அவர்கள்.

- எம்.ஜி.ஆர் விரும்பிப் பார்த்த கேப்டனின் படம் 'உழவன் மகன்'

- ஜே.பி. சந்திரபாபு நடித்த மொத்த படங்களின் எண்ணிக்கை 80 ஆகும். இவருக்கு தமிழ் படிக்கத் தெரியாது என்பது பலருக்கு தெரியாது. ஆனால்! சிங்களம் படிக்கத் தெரியும். பள்ளியில் IInd Language ஆக சிங்களம் படித்தவர்.

- எம்.ஜி.ஆருக்காக டி.எம்.எஸ் அவர்கள் முதன் முதலில் பாடிய பாடல் 'எத்தின காலம் தான் ஏமாற்றுவார் இந்த நாட்டிலே' இப்பாடல் சூப்பர் ஹிட்டானது. இப்படம் 6 மொழிகளில் தயாரிக்கப்பட்டு 6 மொழிகளிலும் வெற்றி கண்டது என்பது வரலாறு (படம் மலைக்கள்ளன்)

- 60 ஆண்டுகளாக திரைப்பட உலகில் பின்னணிப் பாடகியாக 17 மொழிகளில் 48 ஆயிரத்திற்கும் அதிகமான பாடல்களை

பாடி உள்ளார் திருமதி ஜானகி அவர்கள் இவருக்கு வயது 86 (2024).

- ஒரு பேட்டியில் விஜயகாந்தை பேட்டி எடுத்தவர் 'நீங்கள் பேசும்போது ஆங்கிலச் சொற்களைப் பயன்படுத்தாமல் தமிழிலேயே பேசுகிறீர்களே அதற்கு என்ன காரணம்?' என்று கேட்ட போது 'எனக்கு ஆங்கிலம் பேசத் தெரியாது' என்று வெட்கப்படாமல் கூறினார் விஜயகாந்த் அவர்கள்.

- சிவாஜிக்கு ஒரே ஒரு பாட்டு பாடின பாடகர் திரு. ஜெயச் சந்திரன் அவர்கள். 'ரிஷி மூலம்' என்ற படத்தில் வரும் 'நெஞ்சில் உள்ள காயம் ஒன்று' என்ற பாடல் தான் அது.

- தமிழ்த் திரையுலகில் தேசிய விருது பெற்ற நடிகைகள் 1. லட்சுமி 1976 - (சில நேரங்களில் சில மனிதர்கள்) 2. ஷோபா 1979 (பசி) 3. சுஹாசினி 1985 (சிந்துபைரவி) 4. அர்ச்சனா 1987 (வீடு) 5. பிரியாமணி 2006 (பருத்தி வீரன்) 6. சரண்யா 2010 (தென் மேற்குப் பருவக்காற்று) 7. கீர்த்தி சரேஷ் 2018 மகா நடிகை (நடிகையர் திலகம்) 8. அபர்ணா பாலமுரளி 2020 (சூரரைப் போற்று)

- 'குடியிருந்த கோயில்' என்ற படத்தில் வரும் 'நான் யார்... நான் யார்..? நீ யார்...? நாலும் தெரிந்தவன் யார்... யார்...?' என்ற இந்தப் பாடலை எழுதியவர் புலவர் புலமைபித்தன் அவர்கள். இதுதான் அவருடைய திரையுலக அறிமுகப் பாடலும், எம்.ஜி.ஆருக்கு எழுதிய முதல் பாடலுமாகும்.

- அரசு மரியாதையோடு அடக்கம் செய்யப்பட்ட முதல் இந்திய நடிகை ஸ்ரீ வித்யா அவர்கள். 2006ல் அவர் இறந்த போது கேரள அரசு அவருக்கு அரசு மரியாதைக் கொடுத்தது. ஒரு நடிகைக்கு அரசு மரியாதை என்கிற மாபெரும் கௌரவத்தை முதன் முதலில் பெற்றுத் தந்தவர் ஸ்ரீவித்யா அவர்கள் தான்.

- ஒரு கஷ்டமான காலத்தில் வீட்டின் E.B. Bill கட்ட 200 ரூபாய் இல்லாமல் இந்து ரங்கராஜனிடம் கடன் கேட்டு தம்பியை

அனுப்பினாராம். அதே நேரம் பாபுவை தன்படத்தில் புக் செய்ய 1 லட்சத்துடன் அவர் வீட்டில் எம்.எம்.ஏ. சின்னப்பா தேவர் காத்திருக்க மிருகங்களுடன் நடிக்க மாட்டேன் என்று நடிக்க மறுத்தாராம் சந்திரபாபு. படம் - 'யானைப் பாகன்'

❖ ஏ.வி.எம். 'சகோதரி' என்ற படம் முடிந்து, போட்டு பார்த்த பின், ஓடாது என்றுணர்ந்த செட்டியார், சந்திர பாபுவை அழைத்து காமெடி டிராக் எழுதி நடித்துத் தர சொல்லிக் கேட்டார். ஒரு பாடல் பாடி, டிராக் எழுதி நடித்து, அவரே இயக்கி 5 நாட்களில் முடித்துக் கொடுத்தார் சந்திரபாபு அதற்கு அவர் வாங்கிய சம்பளம் அந்நாளில் ஒரு லட்சரூபாய். படம் சூப்பர் ஹிட்டானது.

❖ சுடுகாட்டில் 'வெட்டியான்' பாடும் தத்துவப் பாடலாக 'உண்டாக்கி விட்டவர்கள் ரெண்டு பேரு, அதை கொண்டு போட்டவர்கள் நாலு பேரு' என்ற பாடல் எம்.ஜி.ஆர் நடித்த 'முகராசி' என்ற படத்தில் இடம் பெற்றவை. 15-நாளில் எடுத்த இப்படத்தில் இப்பாடலை கண்ணதாசன் அவர்கள் வெளி ஊரிலிருந்து டெலிஃபோனில் வரிகளைச் சொல்லி எழுதப் பட்டது.

❖ 1984-ல் வெளி வந்த ஜனவரி-1 என்ற படத்தில் விஜயகாந்தின் சம்பளம் ஒரு லட்ச ரூபாய் - அந்தப் பணத்தில் தான் அவர் ஒரு வீடு வாங்கினார். அதுதான் அவர் வாங்கிய முதல் சொத்து.

❖ 'நான் தர்மம் பண்ணிக் கொண்டேயிருப்பேன் என்று என்னால் தர்மம் பண்ண முடியாமல் போகிறதோ, அன்று நான் உயிரோடு இருக்க மாட்டேன்' என்று சொன்னவர் கலைவாணர் என்.எஸ். கிருஷ்ணன் அவர்கள். சொன்னபடியே நடந்ததுதான் உண்மை.

❖ நடிகர் கவுண்டமணிக்கு 'கவுண்டமணி' என்று முதன் முதலில் டைட்டில் எழுதிக் கொடுத்தவர் பாக்யராஜ் அவர்கள் தான். 'கவுண்டர்' மணி என்ற பெயரை தவறாக கவுண்டமணி என்று எழுதிக் கொடுத்து விட்டாராம். அது படத்தில் வந்து விட்டதால் அப்படியே நின்று விட்டது.

- ஒரு பாடகரைப் பாடச் சொல்லிக் கேட்டு மகிழ்ந்து 'நீ பெரிய பாடகனா வருவே' என்று வாழ்த்தியவர் ரவீந்திரநாத் தாகூர் அவர்கள். அந்தப் பாடகர் இசைத் சித்தர் சிதம்பரம் சி.எஸ். ஜெயராமன் அவர்கள். இப்படி ஒரு பெருமை யாருக்குக் கிடைக்கும்.

- கலைஞரின் மூத்த மகன் மு.க. முத்து எம்.ஜி.ஆரின் தீவிர ரசிகர். முத்து நடித்த படத்தைப் பார்த்துப் பார்த்துவிட்டு அவரைப் பாராட்டி தன் ரோலக்ஸ் வாட்ச்சை பரிசாக தந்தாராம் எம்.ஜி.ஆர் அவர்கள்.

- கணவன் மனைவியான என்.எஸ்.கிருஷ்ணனும், டி.எ. மதுரமும் இணைந்து சுமார் 100 படங்களுக்கு மேல் நடித்துள்ளனர். இதுவரை எந்த ஜோடியும் இணைந்து இவ்வளவு படங்களில் நடித்ததில்லை என்ற தகவல் கின்னஸ் சாதனைப் புத்தகத்தில் இடம் பெற்றுள்ளதாக என்.எஸ்.கே. வின் மகன் கூறினார்.

- தியாகராஜ பாகவதருக்கு 3 வருஷம் குருவாக இருந்தவர் இசைத் சித்தர் சி.எஸ். ஜெயராமன் அவர்கள். இவர் தன் 7 வயதிலேயே நாடகத் துறைக்கு வந்தவர் என்பது குறிப்பிடத்தக்கது.

- 'தெய்வப் பிறவி' படத்தில் வாய்ப்பு கேட்க வந்த எஸ். ஜானகியை மொழிப் பிரச்சனையால் ரிஜக்ட் செய்து அனுப்பினார் இசையமைப்பாளர். பாடலை பாட வந்த சி.எஸ். ஜெயராமன் ஜானகியை அழைத்து தனக்கு ஹிம்மிங் குரல் கொடுக்கச் சொன்னார். அதுதான் எஸ். ஜானகி பாடிய முதல் பாடல் ஜானகிக்கு முதல்பட வாய்ப்பை அழைத்துக் கொடுத்தவர் சி.எஸ். ஜெயராமன் அவர்கள்.

- திரைப்பட விளம்பரத்திற்கு முதன் முதலில் ஸ்டிக்கர் ஒட்டும் பழக்கம் வந்தது மக்கள் திலகம் எம்.ஜி.ஆர் நடித்த 'உலகம் சுற்றும் வாலிபன்' என்ற படத்திலிருந்து தான். அந்த ஸ்டிக்கரை வடிவமைத்து காட்டியவர் நடிகர் பாண்டு அவர்கள். அதை ஆமோதித்தவர் எம்.ஜி.ஆர் அவர்கள்.

- மும்பையில் மராத்தா மந்திர் என்ற ஒரு தியேட்டரில் கடந்த 29 வருடங்களாக ஒரு படம் ஓடிக் கொண்டிருக்கின்றது. அது ஷாருக்கான், கஜோல் நடித்த Dilwale Dulhaniya Le Jayengay என்ற படம் தான். இது உலக சாதனை. வேறு எந்த நாட்டிலும் எந்த மொழியிலும், எந்தப் படமும் ஓடியதில்லை.

- 1969-ல் எம்.ஜி.ஆர், ஜெயலலிதா, அசோகன் நடித்து வெளியான படம் 'அடிமைப் பெண்' அந்தக் காலக்கட்டத்திலேயே இந்தப் படம் 2 கோடியே 20 லட்சம் வரை வசூல் செய்ததாக சொல் கிறார்கள். அப்படியென்றால் இன்றைய மதிப்பு 1200 கோடி யாகும். 69களில் டிக்கெட்டின் ஆரம்பவிலை 30 பைசாவில் இருந்து 1.50 பைசா வரைதான்.

- இந்தி நடிகை நர்கீஸ்தத் என்பவர் தான் முதன் முதலில் தேசிய விருதைப் பெற்றவர். இவர் நடிகர் சுனில்தத்தின் மனைவியும், நடிகர் சஞ்சய்தத்தின் தாயுமாவார்.

- டி.எம்.எஸ், ஏ.எல். ராகவன், மலேசியா வாசுதேவன், எஸ். ஜானகி இவர்களுக்கெல்லாம் தனக்குப் பதிலாக இவர்களைப் பாடச் சொல்லி மறைமுகமாக வாய்ப்பு வாங்கித் தந்தவர் சி.எஸ்.ஜெயராமன் அவர்கள். 'ஏறாம மலைதனிலே' என்ற பாடல் மூலம் சி.எஸ். ஜெயராமன் சொல்லி டி.எம்.எஸ். அறிமுகமானார்.

- குழந்தை நட்சத்திரமாக அதிகப் படங்களில் நடித்த நடிகர் யார் தெரியுமா? அவர் தான் ஷாஜா ஷெரிப். இவர் சுமார் 300 படங்களுக்கு மேல் நடித்துள்ளார். இதுவரை எந்தக் குழந்தை நட்சத்திரமும் இவ்வளவு படங்கள் நடித்ததில்லை.

- தமிழ்த் திரையுலகில் முதன் முதலில் 'கேரவன்' எனும் வாகனத்தை உருவாக்கியவர் நடிகர் எம்.ஆர்.ராதா அவர்கள். அவர் தயாரித்த கேரவனை பெரியாருக்கு பிறந்த நாள் பரிசாக தந்து விட்டாராம்.

- ❖ நகைச்சுவை நடிகர் திரு. உசிலமணி அவர்கள் 4 தலைமுறை நடிகர்களுடன் சேர்ந்து சுமார் 1000 படத்திற்கு மேல் நடித்துள்ளார் என்பது எத்தனைப் பேருக்கு தெரியும்.

- ❖ எம்.ஜி.ஆர், சிவாஜி காலகட்டம் துவங்கி 2017 ஆம் ஆண்டு வரை சுமார் 500 படங்களுக்கு மேல் நடித்தவர் வெள்ளை சுப்பையா.

- ❖ 50 வருடங்களுக்கு மேல் 400 படங்களுக்கு மேல் நடித்த நகைச்சுவை நடிகர் திரு. காகா ராதாகிருஷ்ணன் அவர்கள்.

- ❖ இசையமைப்பாளர் திரு. வேதா அவர்கள், ஏ.வி.எம் நிறுவனத் திற்கு ஒரு படத்திற்கு மட்டும் இசையமைத்துள்ளார். படம்: அதே கண்கள்.

- ❖ இசையமைப்பாளர் திரு. வி.குமார் அவர்கள் ஏ.வி.எம். நிறுவனத்திற்கு ஒரு படத்திற்கு மட்டும் இசையமைத்துள்ளார். படம் : மேஜர் சந்திரகாந்த்.

- ❖ ஏ.வி.எம்-ன் உயர்ந்த மனிதன் படத்தில் வரும் 'நாளை இந்த வேளை' என்ற பாடல் தேசிய விருது பெற்ற முதல் தமிழ் பாடல். கொடைக்கானலில் எடுக்க முடியாமல் படம் ரிலீஸ்க்கு ஒரு வாரம் இருக்கும் போது, 2 நாளில் செட் போட்டு எடுத்த பாடல் இது.

- ❖ இசை உலகச் சக்கரவர்த்திகள் என்று 6 பேரை அழைத்தனர். அதில் என்.எஸ். கிருஷ்ணன், சி.எஸ். ஜெயராமன், எம்.எஸ். சுப்புலட்சுமி, திருவாடுதுறை ராஜரத்னம் பிள்ளை, தியாகராஜ பாகவதர், பி.வி. சின்னப்பா இவர்கள் அடங்குவர்.

- ❖ அதிக தேசிய விருது வாங்கிய நடிகர்கள் : ஷோபனா - 2, மிதுன் சக்ரவர்த்தி - 2, நஸ்ருதீன்ஷா - 2, அஜய் தேவ்கான் - 2, தனுஷ் - 3, கமலஹாசன் - 3, மம்முட்டி - 3, கங்கனா ரனாவத் - 3, அமிதாப்பச்சன் - 4, ஷபனா ஆஸ்மி - 5.

- ஏ.வி.எம். புரொடக்ஷன் மோனோகிராமிற்கு பின்னணி இசையமைத்தவர் பழம்பெரும் இசையமைப்பாளர் திரு. ஆர். சுதர்சனம் அவர்கள். இதற்கு 4 இசைக்கருவிகள் மட்டுமே பன்படுத்தப்பட்டது. ஒரு கிளாரினட், இரண்டு வயலின், மற்றும் ஹார்மோனியம். ஏ.வி.எம்-ன் தயாரிப்பில் வந்த கடைசி படம் வரை மோனோகிராம்தான். அதே பின்னணி இசைதான் வந்தது.

- ஏ.வி.எம் முருகன் பிரதர்ஸ் தயாரித்த 'திலகம்' என்ற படத்தில் ஒரு பாடல் ரிக்கார்டிங் செய்ய, பாடலின் மொத்த பட்ஜெட் ரூ. 750 தானாம். இதிலேயே பாடகர், இசையமைப்பாளர், மியூஸிஷியன்ஸ் சம்பளங்கள் மொத்தம் அடங்கும். இது ஏ.வி.எம் குமரன் சொன்னது.

- 1950லேயே நகைச்சுவை நடிகர் ஒருவர் தான் நடிக்கும் படத்திற்கு சம்பளமாக ரூபாய் ஒரு லட்சத்தைப் பெற்றார். அவர் தான் கலைவாணர் திரு. என்.எஸ். கிருஷ்ணன் அவர்கள்.

- இலக்கியங்களையும், தமிழையும் அதிகம் பேசும் நகைச்சுவை நடிகர் குமரிமுத்து அவர்கள் தன் வாழ்நாளில் சுமார் 728 படங்களுக்கு மேல் நடித்துள்ளார். இது அவரே ஒரு பேட்டியில் சொன்ன கணக்கு.

- எம்.ஜி.ஆர் ஹீரோவாக நடித்த முதல் படம் 'ராஜகுமாரி' இப்படத்தில் எம்.ஜி.ஆருக்கு முன் டி.எஸ். பாலையா தான் ஹீரோவாக தேர்வு செய்யப்பட்டார். ஆனால்! பாலையா அவர்கள் 'என் முகம் ஹீரோவிற்கு ஏற்ற முகம் இல்லை. என்னை விட அழகான முகம் எம்.ஜி.ஆர் முகம். அவரை ஹீரோவாக போடுங்கள்' என்று கூறினாராம்.

- பல பங்களாக்கள், 17 சொகுசு கார்கள், 25 நாய்கள், யானை, புலி, சிம்பன்ஸி குரங்கு என ஆடம்பரமாக வாழ்ந்த ஒரே தமிழ் நடிகர் டி.ஆர். மகாலிங்கம். டி.வி.எஸ்-ல் எப்பொழுதும் வரும் புது கார்களில் முதல் காரை டி.ஆர். மகாலிங்கத்திற்கு அனுப்பி விடுவார்களாம்.

- 14 மொழிகளில் 35,000க்கும் மேற்பட்ட பாடல்களைப் பாடியுள்ளார் பின்னணிப் பாடகர் திரு. மனோ அவர்கள்.
- யார் இசையமைப்பாளராக இருந்தாலும் சி.எஸ். ஜெயராமன் அவர்கள் தான் பாடும் பாடலுக்கு அவரே இசையமைப்பது வழக்கம். ஆனால் டைட்டில் அவர் பெயரைப் போட்டுக் கொள்ளமாட்டார் இது நிறைய பேருக்குத் தெரியாத விஷயம்.
- நடிகை ஸ்ரீதேவி குழந்தை நட்சத்திரமாக புரட்சித் தலைவரோடு இணைந்து நடித்த படங்கள் 3. நம்நாடு, என் அண்ணன், சங்கே முழங்கு.
- நடிகை ஸ்ரீபிரியா அவர்கள் எம்.ஜி.ஆருடன் இணைந்து நடித்த ஒரே ஒரு படம் 'நவரத்தினம்'
- நடிகை லட்சுமி எம்.ஜி.ஆரோடு சேர்ந்து நடித்த படங்களின் எண்ணிக்கை - 4. மாட்டுக்கார வேலன், குமரிக்கோட்டம், சங்கே முழங்கு, இதயவீணை.
- நடிகை கே.ஆர். விஜயா அவர்கள் புரட்சித் தலைவரோடு சேர்ந்து நடித்த மொத்த படங்கள் - 8. தொழிலாளி, பணம் படைத்தவன், கன்னித்தாய், தாழம்பூ, விவசாயி, நான் ஆணையிட்டால், நல்ல நேரம், நான் ஏன் பிறந்தேன்.
- நடிகை பத்மினி அவர்கள் மக்கள் திலகத்தோடு இணைந்து நடித்த படங்கள் - 8. மதுரை வீரன், ராஜராஜன், ராஜாதேசிங்கு, மன்னாதி மன்னன், அரசிளங்குமரி, ராணி சம்யுக்தா, விக்ரமாதித்தன், ரிக்ஷாக்காரன்.
- நடிகை வி.என். ஜானகி அவர்கள் புரட்சித் தலைவரோடு இணைந்து 4 படத்தில் நடித்துள்ளார். ராஜமுக்தி, மோகினி, மருதநாட்டு இளவரசி, நாம்.
- நடிகை அஞ்சலி தேவி அவர்கள் மக்கள் திலகத்துடன் இணைந்து நடித்த படங்கள் - 5. சர்வாதிகாரி, மர்மயோகி, சக்ரவர்த்தித் திருமகள், மன்னாதி மன்னன், உரிமைக்குரல்.

- நடிகை ஜெயந்தி அவர்கள் எம்.ஜி.ஆர் வுடன் இணைந்து நடித்த படங்கள் - 2. படகோட்டி, முகராசி.
- நடிகை லதா புரட்சித்தலைவரோடு இணைந்து நடித்த படங்களின் எண்ணிக்கை - 12. உலகம் சுற்றும் வாலிபன், நேற்று இன்று நாளை, உரிமைக்குரல், சிரித்து வாழ வேண்டும், நினைத்ததை முடிப்பவன், நாளை நமதே, பல்லாண்டு வாழ்க, நீதிக்குத் தலைவணங்கு, உழைக்கும் கரங்கள், நவரத்தினம், மீனவ நண்பன், மதுரையை மீட்ட சுந்தரபாண்டியன்.
- நடிகை ராதா சலூஜா அவர்கள் மக்கள் திலகத்துடன் இணைந்து நடித்த படங்கள் - 2. இதயக்கனி, இன்று போல் என்றும் வாழ்க.
- நடிகை மஞ்சுளா எம்.ஜி.ஆர் வுடன் இணைந்து நடித்த படங்கள் மொத்தம் - 5. ரிக்ஷாக்காரன், இதயவீலை, உலகம் சுற்றும் வாலிபன், நேற்று இன்று நாளை, நினைத்ததை முடிப்பவன்.
- நடிகை சந்திரகலா மக்கள் திலகத்துடன் இணைந்து நடித்த ஒரே படம் - உலகம் சுற்றும் வாலிபன்.
- நடிகை வாணி ஸ்ரீ அவர்கள் புரட்சித்தலைவரோடு இணைந்து நடித்த படங்கள் - 3. ஊருக்கு உழைப்பவன், கண்ணன் என் காதலன், தலைவன்.
- நடிகை சௌகார் ஜானகி அவர்கள் எம்.ஜி.ஆர் உடன் சேர்ந்து நடித்த படங்கள் - 4. ஒளிவிளக்கு, பணம் படைத்தவன், பெற்றால் தான் பிள்ளையா, தாய்க்குத் தலைமகன்.
- நடிகை சாவித்திரி அவர்கள் மக்கள் திலகத்துடன் இணைந்து நடித்த படங்கள் - 3. வேட்டைக்காரன், மகாதேவி, பரிசு.
- நடிகை பானுமதி அவர்கள் எம்.ஜி.ஆர் உடன் இணைந்து நடித்த படங்களின் எண்ணிக்கை மொத்தம் - 10. நாடோடி மன்னன், ராஜமுக்தி, மலைக்கள்ளன், அலிபாபாவும் 40 திருடர்களும், மதுரை வீரன், தாய்க்குப் பின் தாரம், ராஜா தேசிங்கு, கலைஅரசி, காஞ்சித் தலைவன்.

- நடிகை ஷீலா அவர்கள் எம்.ஜி.ஆருடன் இணைந்து நடித்த படங்கள் - 3. பாசம், பலாத் தோட்டம், புதிய பூமி.

- நடிகை காஞ்சனா அவர்கள் புரட்சித்தலைவரோடு இணைந்து நடித்த 2 படங்கள். பறக்கும் பாவை, நான் ஏன் பிறந்தேன்.

- 100 வருட இந்திய சினிமா வரலாற்றில் தேசிய விருது வாங்கிய ஒரே காமெடி நடிகர் அப்புகுட்டி மட்டும் தான்.

- சிவாஜியுடன் நடிகை பத்மினி ஜோடியாக நடித்த படங்களின் மொத்த எண்ணிக்கை 59. தன் நடிப்புலக வாழ்க்கையில் சுமார் 250 படங்களுக்கு மேல் நடித்துள்ளார் பல விருதுகளைப் பெற்றுள்ளார்.

- மறைந்த நடிகை 'பசி' ஷோபா அவர்கள் 1966லேயே குழந்தை நட்சத்திரமாக மறைந்த நகைச்சுவை நடிகர் திரு. ஜே.பி.சந்திர பாபுவுடன் 'தட்டுங்கள் திறக்கப்படும்' என்ற படத்தில் அவருடன் நடித்துள்ளார். அப்பொழுது அவருடைய பெயர் பேபி மஹாலட்சுமி என்று டைட்டிலில் போடப்பட்டது. அவருடைய இயற்பெயர் மஹாலட்சுமி மேனன் என்பதாகும்.

- மறைந்த நடிகர் திரு. ராஜபாண்டியன் கதாநாயகனாக நடித்த 'தாலாட்டு' என்ற படத்தில் தான் கவுண்டமணி அறிமுகமாகி நடித்தார். இதே படம்தான் பொதும்பு முருகன் எனும் சங்கிலி முருகனுக்கு முதல் படம். காளிதாஸன் என்ற திருப்பத்தூர் ராசு என்ற பாடலாசிரியருக்கும் இதுதான் முதல் படம். இசை எம்.எல் ஸ்ரீகாந்த். இப்படத்தில் நடிகர் சந்திரபாபு 2 நாட்கள் இலவசமாக அய்யர் வேடத்தில் நடித்தார். ஒளிப்பதிவு - டைரக்ஷன் - விபின்தாஸ்.

- தெலுங்கு, தமிழ் உள்பட மொத்தம் 6 மொழிகளில் சுமார் 750க்கு மேற்பட்ட படங்களில் நடித்தவர் வில்லன் மற்றும் குணசித்திர நடிகர் திரு. கோட்டா சீனிவாசராவ் அவர்கள்.

- 64 வருட சினிமா வாழ்க்கையில் 5,000 நாடகங்கள், 1500

திரைப்படங்களில் நடித்து உலக சாதனைப் படைத்த ஒரே நடிகை மரியாதைக்குரிய எஸ்.என். லட்சுமி அம்மா அவர்கள் மட்டுமே.

- 1963 ஆம் ஆண்டு மாடர்ன் தியேட்டர்ஸ் தயாரித்த 'கொஞ்சும் குமரி' என்ற படத்தின் மூலம் தமிழ் சினிமாவில் பாடகராக அறிமுகமானார் கே.ஜே. யேசுதாஸ் அவர்கள். இசை வேதா அவர்கள்.

- அன்றைய தமிழ்த் திரையுலகில் நடிகர்களில் அஷ்டவதானியாக இருந்தவர்கள் இரண்டு பேர் மட்டுமே. அவர்கள் நடிகை பி.பானுமதியும், நடிகர் திரு. சந்திரபாபு மட்டுமே.

- ஜெயலலிதாவுடன் கமல் ஒரு படத்தில் நடித்திருக்கின்றார் என்றால் உங்களால் நம்ப முடிகிறதா? 1974 ஆம் ஆண்டு வெளி வந்த படம் 'அன்பு தங்கை'. அதில் ஒரு பாடல் காட்சியில் ஜெயலலிதா நடனம் ஆட, புத்தர் வேடத்தில் கமல் நடித்தார். பாடல் : 'மன்னவர் வணங்கம் சிலை ஆனேன்'.

- சிவாஜியுடன் 60 கதாநாயகிகளுக்கு மேல் ஜோடியாக நடித்துள்ளார்கள். ஜெயலலிதா - 18, சரோஜாதேவி - 17, சுஜாதா -16, தேவிகா - 12, ஸ்ரீப்ரியா - 11, சவுகார் ஜானகி - 11, சாவித்ரி - 11, வாணிஸ்ரீ - 9, மஞ்சுளா - 9, பண்டரிபாய் - 8, பானுமதி - 7, லட்சுமி - 7, ஜமுனா - 7, பத்மினி - 30 க்கு மேல், கே.ஆர்.விஜயா - 30க்கு மேல், எம்.என்.ராஜம் - 6, உஷா நந்தினி - 5, வடிவுக்கரசி - 2, ஸ்ரீவித்யா - 3, வைஜெயந்திமாலா - 3, விஜயகுமாரி - 2, வரலட்சுமி - 3, பாரதி - 2, அம்பிகா - 2, ராதா - 2, ஸ்ரீதேவி - 2, கிருஷ்ணகுமாரி - 2, வசந்தா - 2, சாரதா - 2, அஞ்சலி தேவி - 2, மைனாவதி - 2, லலிதா - 2, ராஜசுலோசனா - 2 படங்களில் நடித்துள்ளார்கள்.

- ஜே.பி. சந்திரபாபு கடைசியாக நடித்த படம் 'அவன் தான் மனிதன்'. அவர் இறந்த பிறகு அவருக்கு முதல் மாலை போட்டது, முன்னாள் முதல்வர் ஜெயலலிதா அவர்கள். அவர்

உடல் மீது நிறைய சென்ட்டுகளைத் தெளித்தது நாகேஷ் அவர்கள்.

❖ இந்தியாவிலேயே இதுவரை ஓவியத்திற்காக பி.ஹெச்.டி பட்டம் ஒரே நபரும், நடிகரும் பாண்டு என்பது உங்களில் எத்தனை பேருக்குத் தெரியும்?

❖ சிவாஜியுடன் ஒரே ஒரு படத்தில் நடித்த கதாநாயகிகள் மாலினி, (சபாஷ் மீனா, பி.எஸ். சரோஜா) (கூண்டுக்கிளி) மாதுரி தேவி - (மனிதனும் மிருகமும) மணிமாலா (மோட்டார் சுந்தரம்பிள்ளை) எஸ்.வரலட்சுமி (வீரபாண்டிய கட்டபொம்மன்) ருக்மணி - (கப்பலோட்டிய தமிழன்) சந்தியா (பலே பாண்டியா) குமாரி கமலா (பாவை விளக்கு) பாரதி - (தங்கச் சுரங்கம்) வெ.ஆடை நிர்மலா (தங்கைக்காக) லதா - (சிவகாமியின் செல்வன்) காஞ்சனா (சிவந்தமாள்) விஜயஸ்ரீ (பாபு) விஜயநிர்மலா (ஞான ஒளி) பத்மபிரியா (வைரநெஞ்சம்) காமினி பொன்சேகா (பைலட் பிரேம்நாத்) ரீனா (திரிசூலம்) சிலோன் கீதா (மோகனப் புன்னகை) ஜெயசுதா (பட்டாகத்தி பைரவன்) பிரமிளா - (கவரிமான்) சரிதா - (சிம்ம சொப்னம்) ராஜஸ்ரீ (நீலவானம்) மனோரமா (ஞான பறவை) சுமித்ரா (வீரபாண்டியன்) ராதிகா (என் ஆசை ராசாவே)

❖ 70,80,90 வயதை கடந்து இன்று வரை வாழும் திரை நட்சத்திரங்கள் - சரோஜாதேவி - 86, பி.எஸ். சரோஜா - 102, கே.ஆர்.விஜயா - 76, ஏ.வி.எம். ராஜன் - 88, புஷ்பலதா - 74, எம்.என். ராஜம் - 83, சௌகார் ஜானகி - 92, காஞ்சனா - 84, வைஜெயந்தி மாலா - 91, வாணிஸ்ரீ - 76, சச்சு - 76, ராஜஸ்ரீ - 78, சாரதா - 78, எல்.விஜயலட்சுமி - 81, வெ.ஆடை நிர்மலா - 76, விஜயகுமாரி - 88, சாருஹாசன் - 96, வெ.ஆடை மூர்த்தி - 88, சிவகுமார் - 82, லட்சுமி - 71, கவுண்டமணி - 85 (இது இந்தப் புத்தகம் எழுதும் வரை)

❖ பழம் பெரும் இசையமைப்பாளர் திரு. ஆர். கோவர்தனம் சுமார் 50 வருடங்களுக்கு மேலாக இசைத்துறையில் பணி

யாற்றியவர். இவருடைய மூத்த சகோதரர் இசையமைப்பாளர் ஆர். சுதர்ஸனம் ஆவார்.

* 1954 ஆம் ஆண்டு 'வைரமாலை' என்ற படத்தில் அறிமுகமாகி 90 வயது வரை 60 ஆண்டுகாலம் 1500க்கு மேற்பட்ட படங்களில் நடித்த ஒரே நடிகர் வி.எஸ். ராகவன் அவர்கள்.

* புகழ் உச்சியில் இருந்த நேரத்தில் இளம் வயதிலேயே அதாவது 50 வயதிற்குள்ளேயே இறந்த புகழ்பெற்ற நகைச்சுவை நடிகர்கள் யார் தெரியுமா? அவர்கள் திரு. ஜே.பி. சந்திரபாபு (46) திரு என்.எஸ்.கிருஷ்ணன் (49) மற்றும் தெலுங்கு நடிகர் திரு. ராஜ்பாபு (47) அவர்கள்.

* சிவாஜியின் 100 படங்கள் வரை கே.ஆர். விஜயா அவருடன் ஜோடியாக நடிக்கவில்லை. அதன் பிறகே கதாநாயகியாக நடிக்க வாய்ப்பு வந்தது.

* மதுரை தங்கம் தியேட்டர் திறந்த அன்று அதில் முதல் படமாக 'பராசக்தி' வெளியிடப்பட்டது. அப்படம் அந்நாளிலேயே மிகப்பெரிய வெற்றி பெற்று 1.75 லட்சம் வசூல் செய்து சாதனை பெற்றது. அதன் இன்றைய மதிப்பை கணக்கிட்டுக் கொள்ளுங்கள்.

* 1982 ஆம் வருடம் சிவாஜி தன் 54-வது வயதில் 13 படங்களில் நடித்து சாதனைப் படைத்துள்ளார்.

* நடிகர் முத்துராமனும், நடிகை சௌகார் ஜானகியும் ஜோடி சேர்ந்து நடிச்ச ஒரே ஒரு படம் 'நினைப்பதற்கு நேரமில்லை' என்ற படம். தயாரிப்பு - நடிகர் டி.கே. ராமச்சந்திரன் அவர்கள்.

* 72 பாடல்களைக் கொண்ட ஒரே படம் 'இந்திர சபா' இதுவரை இதுதான் அதிக பாடல்களைக் கொண்ட படமாக இருக்கிறது. இன்று வரை யாராலுமே இந்த ரெக்கார்டை உடைக்கவில்லை. 1932 ஆம் ஆண்டு பாலிவுட்டில் வெளியான இப்படத்தை ஜே.ஜே. மதன் என்பவர் இயக்கினார்.

❖ 'இந்திர சபா' படம் வருவதற்கு ஒரு ஆண்டுக்கு முன்புதான் இந்தியாவுடைய முதல் சவுண்டு படமான 'ஆலம் ஆரா' வெளியானது அதாவது 1931 ஆம் வருடம் 'இந்தெர்சபா' என்ற உருது நாடகத்தைத் தான் 'இந்திரசபா' என்று படமாக எடுக்கப்பட்டது. இப்படம் தமிழிலும் அதே பெயருடன் வெளி வந்தது.

❖ நடிகர் சிவாஜி கணேசன் அவர்கள் பெற்ற விருதுகள் கலைமாமணி, பத்மஸ்ரீ, பத்மபூஷண், செவாலியர் விருது, தாதா சாகிப் பால்கே விருது, என்.டி.ஆர் தேசிய விருது.

❖ எம்.ஜி. ராமச்சந்தர் என்று தன் பெயரைச் சொல்லி வந்த எம்.ஜி.ஆர் எம்.ஜி. ராமச்சந்திரன் என்று பெயரில் முதன் முதலில் வெளிவந்த படம் 'அந்தமான் கைதி'

❖ மறைந்த பழம்பெரும் தமிழ் நடிகைகள் : (வயதுடன்) டி.ஆர். ராஜகுமாரி (77) அஞ்சலி தேவி (86) புஷ்பவல்லி (65) பத்மினி (74) மாதுரி தேவி (62) சாவித்திரி (45) எஸ். வரலட்சுமி (84) பி. பானுமதி (80) ராஜசுலோச்சனா (77) தேவிகா (59) மனோரமா (78) ஜெயலலிதா (68) மஞ்சுளா (59) ஸ்ரீவித்யா (53) சுஜாதா (58) ஷோபா (17) ஸ்ரீதேவி (54) சில்க் ஸ்மிதா (35) சுகுமாரி (72) டி.எ. மதுரம் (55) கே.பி. சுந்தரம்பாள் (72) காந்திமதி (71) எஸ்.என். லட்சுமி (85) படாபட் ஜெயலட்சுமி (22) கண்ணாம்பா (52).

❖ இந்தியாவின் முதல் பிரம்மாண்டமான திரைப்படம்: சந்திரலேகா, இதில் ஒரு பாடலை எடுக்க மட்டும் 3 மாதம் ஆனது. 5 வருடத்தில் படமாக்கப்பட்ட ஒரே தமிழ்ப்படம். 1943 ஆம் ஆண்டு துவங்கப்பட்டு 1948-ம் ஆண்டு நிறைவு பெற்றது. சுமார் 3.45 மணி நேரம் ஓட கூடிய படம்.

❖ தன் ஆரம்ப காலங்களிலேயே தான் நடித்த 'நல்லதுக்கு கால மில்லை' என்ற படத்தின் டைட்டிலை, இயக்குனர் தயாரிப் பாளரிடம் இது நெகட்டிவாக இருக்கின்றது என்று சொல்லி 'நல்லவன் வாழ்வான்' என்று மாற்றினார் எம்.ஜி.ஆர்.

- கலைஞர் அவர்கள் வசனம் எழுதி சிவாஜி நடித்த 'பராசக்தி' படம் இன்றும் 72 வருடங்களைக் கடக்கிறது.

- மறைந்த முன்னாள் முதல்வர் ஜெயலலிதாவை தமிழ்த் திரையுலகிற்கு கதாநாயகியாக முதன் முதலில் அறிமுகம் செய்தவர் இயக்குனர் ஸ்ரீதர் அவர்கள். படம்: வெண்ணிற ஆடை. இதே படத்தில் தான் நிர்மலாவும் அறிமுகமானார். மற்றும் மூர்த்தி, ஸ்ரீகாந்திற்கும் இதுதான் முதல் படம்.

- தமிழ் சினிமாவில் எண்ணிக்கை 100 ஐ தாண்டி படம் தயாரித்த முதல் நிறுவனம் சேலம் மாடர்ன் தியேட்டர்ஸ். மொத்த படம் - 116.

- பூங்கோதை, மனோகரா, மிஸ்ஸியம்மா, கல்யாணம் பண்ணிப்பார், கடன் வாங்கி கல்யாணம், மங்கையர் திலகம், தாயில்லாப்பிள்ளை, இருவர் உள்ளம் போன்ற படங்களை இயக்கியவர் எல்.வி. பிரசாத் அவர்கள் இதயக் கமலம் இவர் தயாரிப்பில் உருவானது. இவர் தாதா சாஹிப் பால்கே விருது பெற்றவர். ராஜபார்வை இவர் நடித்த கடைசிப் படம்.

- கலைஞர் வசனம் எழுதி சிவாஜி நடித்த 'பராசக்தி' படம் தமிழகத்தில் 42 வாரங்களும், இலங்கையில் 43 வாரங்களும், ஓடி சாதனைப் படைத்தது. வெளிநாட்டில் வெள்ளிவிழா கொண்டாடிய முதல் தமிழ்ப்படம் இதுதான்.

- வெற்றிப்பட இயக்குனர் திரு ஸ்ரீதர் அவர்கள் இயக்கிய 'நெஞ்சில் ஓர் ஆலயம்' என்ற படம் 18 நாளில் செங்கல்பட்டு ஹாஸ்பிட்டலில் எடுக்கப்பட்டது. பீச்சில் காந்தி சிலை கீழ் உக்காந்து பேசப்பட்ட கதை இது.

- தியாகராஜ பாகவதர், பி.வி. சின்னப்பா, டி.ஆர். மகாலிங்கம், சிவாஜி, எம்.ஜி.ஆர் இந்த 5 கதாநாயகர்களுடன் கதாநாயகியாக நடித்த ஒரே நடிகை டி.ஆர். ராஜகுமாரி அவர்கள் தான். இவர் தன் வாழ்நாளில் கடைசி வரை திருமணமே செய்து கொள்ள வில்லை. இவருடைய உடன் பிறந்த சகோதரர் தான் பிரபல இயக்குனர் டி.ஆர். ராமண்ணா அவர்கள்.

- தென்னிந்திய சினிமா வர்த்தக சபை இப்போது இருக்கும் இடத்திற்கு 'சுந்தரம் அவென்யூ' என்று பெயர். டி.ஆர். சுந்தரத்தின் நினைவாக அந்தச் சபைக்கென சொந்த தியேட்டரும், கட்டடமும் தோன்ற பாடுபட்டவர். சபையின் தலைவராக இரண்டு தடவைகள் செயல்பட்டவர்.

- பிரசாத் ஸ்டுடியோவும், பிரசாத் படக் கம்பெனியும் 1956-ல் துவங்கியது. இதன் உரிமையாளர் எல்.வி. பிரசாத் அவர்கள். மத்திய அரசு இவரை கௌரவிக்கும் விதமாக தபால் தலை வெளியிட்டது.

- 1946-ல் ஆசியாவிலேயே மிகப்பெரிய ஸ்டுடியோவான விஜயா - வாஹினி உருவானது. இதன் உரிமையாளர் பி.நாகிரெட்டி அவர்கள். 14 மொழிகளில் தயாரான அம்புலிமாமா, சந்த மாமா, பொம்மை சினிமா இதழ் போன்றவைகள் நடத்தியவர்.

- பரணி ஸ்டூடியோவையும், மெஜஸ்டிக் ஸ்டூடியோவையும் லீசுக்கு எடுத்து நடித்த வந்த ஸடூடியோ அதிபர் மற்றும் தயாரிப்பாளர் திரு. எ.எல். சீனிவாசன் (கண்ணதாசன் சகோதரர்) அவர்கள்தான் விநியோக முறையில் 'நெகட்டிவ் ரைட்ஸ்' என்ற முறையை அறிமுகப்படுத்தியவர்.

- தென்னிந்திய பிலிம் வர்த்த சபையின் தலைவராக 13 ஆண்டுகள் பதவி வகித்தவர் திரு. ஏ.எல். எஸ். என்கிற ஏ.எல். சீனிவாசன் அவர்கள்.

- மத்திய அரசின் தாதா சாகிப் பால்கே விருது, பல்கலைக் கழகம் வழங்கிய டாக்டர் பட்டம், தமிழக அரசின் 'கலைமாமணி' போன்ற உயரிய விருதுகளைப் பெற்றவர் பி.நாகரெட்டி அவர்கள்.

- என்.டி. ராமராவ் அறிமுகமான 'மனதேசம்' என்ற தெலுங்கு படத்தை இயக்கினார் எல்.வி. பிரசாத் அவர்கள். இப்படத்தின் மூலமாக தான் அவரும் இயக்குனராக அறிமுகமானார். இவர் இயக்கிய 'பூங்கோதை' என்ற படத்தில் தான் சிவாஜியும் அறிமுகமானார். தயாரிப்பு நடிகை அஞ்சலிதேவி.

- பாதாள பைரவி, மாயா பஜார், மிஸ்ஸியம்மா, குணசுந்தரி, எங்க வீட்டுப் பிள்ளை, நம் நாடு உள்பட தமிழ், தெலுங்கு, கன்னடம், இந்தி மொழிகளில் 50க்கும் மேற்பட்ட படங் களைத் தயாரித்தவர் நாகிரெட்டி அவர்கள்.

- 1935-ல் ஏ.வி.எம். அவர்கள் மைலாப்பூரில் தன் நண்பர்களுடன் சேர்ந்து பிரகதி ஸ்டூடியோவை நிறுவினார். அதன் பின் காரைக்குடிக்கு ஸ்டூடியோ சென்றது. பின் 1948-ல் வடபழனி யில் ஏ.வி.எம். ஸ்டூடியோ அமைந்தது.

- அந்நாளில் அதிக அளவில் புதுமுகங்களை அறிமுகப்படுத்திய முதல் இயக்குனர் கே.சுப்பிரமணியம் அவர்கள் ஆவார். 1939ல் இவர் உருவாக்கிய திரைப்பட வர்த்தக சபை தான் இன்று தென்னிந்திய திரைப்பட வர்த்தக சபையாக உள்ளது.

- எம்.ஜி.ஆர் அவர்கள் திரையுலகில் தனது குருவாக நடிகர், இயக்குநர் திரு. ராஜா சாண்டோ அவர்கள் ஏற்றுக் கொண் டார். அதனால் அவர் முதலமைச்சர் ஆனதும் ராஜா சாண்டோ விருதை உருவாக்கினார்.

- அமெரிக்காவில் பிறந்த இயக்குனர் எல்லீஸ்.ஆர்டங்கன், தெற்கு கலிபோர்னியா பல்கலைக்கழகத்தில் ஒளிப்பதிவுக் கலையை பாடமாகப் படித்தார். இவருடன் படித்த மணிலால் டாஸ்டன் என்பவர் தான் இவரை இந்தியாவிற்கு அழைத்து வந்தது.

- வசதி வாய்ப்புகள் இல்லாத காலத்தில் மினியேச்சரைப் பயன்படுத்தி பல காட்சிகளை எடுத்து சாதனைப் படைத்தவர் ஒளிப்பதிவாளரும், இயக்குனருமான திரு. கே. ராம்நாத் அவர்கள். இயக்குனர் வி. சாந்தாராம் தமிழில் தயாரித்த 'சீதா கல்யாணம்' என்ற படத்தில் ஒளிப்பதிவாளராக அறிமுக மானார்.

- எம்.ஜி.ஆருக்கு மிகவும் பிடித்த இயக்குநர் கே. ராம்நாம் அவர்கள். தன்னுடைய 'நாடோடி மன்னன்' படத்தை இயக்கித் தரும்படி எம்.ஜி.ஆர் ராம்நாத்தை கேட்க அதை மறுத்து முதல்

இரண்டு நாட்கள் மட்டும் கௌரவ ஆலோசகராக மேற்பார்வையிட்டுச் சென்றார். 'ஏழைப் படும்பாடு', 'மர்மயோகி' போன்ற வெற்றிப் படங்களைத் தந்தவர்.

- 1939-ல் தன் நண்பர்களுடன் சேர்ந்து வாஹினி பிக்சர்ஸ் என்ற நிறுவனத்தைத் தொடங்கினார் பி. நாகிரெட்டி அவர்கள். அவர் தயாரித்த முதல் படம் - 'சுமங்கலி'

- 1935-ல் தொடங்கி சுமார் 75 வருடங்களுக்கு மேலாக 198 படங்களை தயாரித்த ஒரே நிறுவனம் ஏ.வி.எம் மட்டும் தான்.

- ஒரே இடத்தில் காமிராவை வைத்து படம் எடுத்துக் கொண்டிருந்த நிலையை மாற்றி, முதல் முறையாக 'மந்திர குமாரி' படத்தில் தான் ட்ராலியில் கேமராவை வைத்து நகர்த்தி 'டிராலி ஷாட்' முறையை அறிமுகப்படுத்தினார் எல்லீஸ் ஆர். டங்கன் அவர்கள்.

- சென்னை தேனாம்பேட்டையில் 'வேல் பிக்சர்ஸ்' என்ற ஸ்டூடியோ டைரக்டர் முருகதாஸ், ஆட் டைரக்டர் ஏ.கே. சேகர் இவர்களுடன் சேர்ந்து உருவாக்கியவர் கே. ராம்நாத் அவர்கள். இவர் இயக்கத்தில் 'கன்னியின் காதலி' என்ற படத்தில் தான் கண்ணதாசன் தன் முதல் பாடலை எழுதினார்.

- படத்தில் பாடலே இல்லாமல் 'அந்த நாள்' என்ற படத்தை இயக்கி வெற்றி கண்டார் வீணை எஸ். பாலசந்தர் அவர்கள். 'பொம்மை', 'நடு இரவில்' போன்ற திகில் படங்களை இயக்கினார். 'பொம்மை' படத்தில் தான் கே.ஜே. யேசுதாஸை முதல் முதலாக தமிழ்ப் பாடகராக அறிமுகம் செய்தார். மத்திய அரசு இவருக்கு 'பத்மபூஷண்' விருது வழங்கியது.

- வெற்றிப் பட இயக்குனர் ஸ்ரீதர் அவர்கள் தன் ஆரம்ப நாட்களில் ஜீபிடர் பிக்சர்ஸ் ரெப்பிரசன்டேடிவ் வேலை செய்தார். தியேட்டர்களுக்குச் சென்று சினிமா படப்பெட்டிகளை கொடுப்பது, வசூல் விவரத்தை எழுதி அனுப்புவது போன்ற வேலைகள்.

- 1951-ல் 'விட்டல் புரொடக்ஷன்ஸ்' என்ற பெயரில் படக் கம்பெனியைத் தொடங்கி 100 படங்களுக்கு மேல் இயக்கி, திரையுலகில் சாதனைப் படைத்தவராக இயக்குனர் பி.விட்டலாச்சாரியா. இவர் எடுத்த மாயாஜால படங்கள் அனைத்தும் மக்களிடையே பெரும் வரவேற்பைப் பெற்றது.
- தமிழ்த் திரையுலகில் எழுத்தாளராக இருந்து இயக்குனரான முதல் இயக்குனர் யார் தெரியுமா? அவர்தான் கொத்த மங்கலம் சுப்பு அவர்கள். இவர் தில்லானா மோகனாம்பாள் கதாசிரியர் ஆவார். 1945-ல் 'கண்ணம்மா என் காதலி' என்றுதன் முதல் படத்தை இயக்கினார்.
- எல்லீஸ்.ஆர். டங்கன் இயக்கிய கடைசிப் படம் மந்திர குமாரி, எம்.ஜி.ஆரின் திரை வாழ்வைத் தொடங்கி வைத்த முதல் இயக்குனர் இவரே. 1950-ல் அமெரிக்கா சென்ற டங்கன் 1992ல் சென்னை வந்த போது திரையுலகம் அவரை வாழ்த்தி வரவேற்று மரியாதை செலுத்தியது.
- கதை, வசனம், இயக்கம், நடிப்பு, இசை, தயாரிப்பு என்று பன்முகத் திறமை கொண்டவர்தான் வீணை எஸ். பாலசந்தர் அவர்கள். இவர் தன் 20-வது வயதில் இது நிஜமா? என்ற படத்தில் இரட்டை வேடத்தில் நடித்தார்.
- தமிழ்த் திரையுலகில் அதிக ஹீரோக்களுடன் சேர்ந்து நடித்த ஒரே நடிகர் என்ற சாதனையைப் பெற்றுள்ளார் நாகேஷ். கிட்டத்தட்ட 6 தலைமுறை நடிகர்களுடன் 1000 படங்களுக்கு மேல் நடித்த ஒரே கலைஞர் இவர்தான்.
- சென்னை புரசைவாக்கத்தில் பிறந்தவர் கிருஷ்ணன், தஞ்சை மாவட்டத்தில் பிறந்தவர் பஞ்சு - இருவரையும் ஒன்று சேர்த்தது கோவை பிரிமியர் சினிடோன் ஸ்டூடியோ. கிருஷ்ணன் ஸ்டூடியோ லாபரெட்டரியிலும், பஞ்சு படத்தொகுப்பாள ராகவும் இருந்தபோது இணைந்தனர்.
- இந்தியாவின் முதல் பேசும் படமான 'ஆலம் ஆரா' வை உருவாக்கியவர் ஆர்தேஷிர் இரானி என்பவர். அவருக்கு

துணையாக இருந்தவர் இயக்குனர் எச்.எம். ரெட்டி அவர்கள்.

- தமிழில் வந்த முதல் பேசும் படமான காளிதாஸை இயக்கியவர் திரு. எச்.எம். ரெட்டி அவர்கள். இவர்தான் தெலுங்கில் முதல் பேசும் படமான பக்த பிரகலாதாவை இயக்கி, தயாரித்தார்.
- இயக்குனர்கள் கிருஷ்ணன் - பஞ்சுவிடம் உதவியாளராக பணியாற்றி 'பராசக்தி' படத்தில் சிவாஜிக்கு வசனம் சொல்லிக் கொடுத்த பொறுப்பைப் பெற்றவர். இயக்குனர் பீம்சிங் இவர் இயக்கிய முதல் படம் எஸ்.எஸ்.ஆர் நடித்த 'அம்மையப்பன்' என்ற படம் இப்படத்திற்கு கலைஞர் வசனம் எழுதினார். இவருடைய 2-வது படம் சிவாஜி நடித்த 'ராஜா ராணி' என்பதாகும்.
- மாதம் ரூ. 2350/- சம்பளத்தில் ஏ.வி.எம் ஒப்பந்தத்தில் இருந்த நடிகை வைஜெயந்தி மாலா, ஒப்பந்தம் முடிந்தவுடன் டெல்லிக்காரர் ஒருவர் தனது இந்திப் படத்தில் நடிப்பதற்காக வைஜெயந்தி மாலாவுக்கு ஒரு லட்ச ரூபாய் கொடுத்தார்.
- சமூகக் கதைகள் மட்டுமே வந்து கொண்டிருந்த திருவிளையாடல், திருவருட்செல்வர், திருமால் பெருமை, சரஸ்வதி சபதம், கநதன் கருணை போன்ற புராணப் படங்களை எடுத்து வெற்றியடைந்த திரு. ஏ.பி.என். அவர்கள், அத்தோடு பெரிய நடிகர்களே இல்லாமல் சிறு சிறு நடிகர்களை வைத்து, வா ராஜா வா, திருமலை - தென்குமரி கண்காட்சி, அகத்தியர் போன்ற படங்களையும் எடுத்து வெற்றியடைந்தார்.
- எம்.ஜி.ஆர் நடித்த 'பல்லாண்டு வாழ்க!' என்ற படத்தில் 13 வயது சிறுமி 'போய் வா நதி அலையே' என்ற பாடலை பாடியுள்ளார். பாடியவர் சண்முக சுந்தரியின் மகள் டி.கே. கலா அவர்கள். 'அகத்தியர்' என்ற படத்தில் 'தாயிற் சிறந்த கோயிலு மில்லை' என்ற பாடலை பாடியவரும் இவரே.
- புதுமை இயக்குனர் ஸ்ரீதர் அவர்கள் தன் சித்ராலயா நிறுவனத்தின் மூலம் முற்றிலும் அவுட்டோர் ஷூட்டிங்காக காஷ்மீர்சென்று 'தேன்நிலவு' படத்தை எடுத்தார். மேக்கப்பே இல்லாமல் 'நெஞ்சிருக்கும் வரை' படத்தை எடுத்தார்.

- ❖ அண்ணா, கலைஞர், எம்.ஜி.ஆர், ஜெயலலிதா என்று நான்கு முதலமைச்சர்களுடன் பணியாற்றிய பெருமையைப் பெற்ற வர்கள் கிருஷ்ணன் - பஞ்சு ஆவார். தமிழ் சினிமாவில் முதல் இரட்டையர்களாக இணைந்தவர்கள். சுமார் 35 வருடங்கள் இணைபிரியாமல் இருந்தனர், மரணத்தால் மட்டுமே பிரிந்தனர்.
- ❖ சித்தூர் வி. நாகையா, ஜி. வரலட்சுமி போன்ற கலைஞர்களை திரையில் அறிமுகப்படுத்தியர் திரு.எச்.எம். ரெட்டி (இயக்குனர்) அவர்கள் இவர் தெலுங்கில் 20க்கும் மேற்பட்ட படங்களை இயக்கி இருக்கிறார்.
- ❖ இரட்டை இயக்குநர்களில் ஒருவரான கிருஷ்ணனின் (பஞ்சு) சகோதரியை மணந்து கொண்டார் பீம்சிங் அவர்கள். இவரது மகன்கள் பி.லெனின் எடிட்டராகவும், பி.கர்ணன் ஒளிப்பதிவாளராகவும் திரையுலகில் பணிபுரிந்தனர்.
- ❖ ஸ்ரீ விஜயலட்சுமி பிக்சர்ஸ் என்ற படக் கம்பெனியை ஆரம்பித்து ‘நவராத்திரி’ என்ற படத்தைத் தயாரித்தவர் இயக்குநர் ஏ.பி. நாகராஜன் அவர்கள். சிவாஜிக்கு இந்தப் படம் 100-வது படமாக அமைந்து வெற்றியைத் தந்தது.
- ❖ எம்.ஜி.ஆர், சிவாஜி இருவரையும் ஒரே நேரத்தில் இயக்கியவர் இயக்குனர் கே. சங்கர் அவர்கள். காலை முதல் மதியம் வரை சிவாஜி நடிக்கும் ஆலயமணி, மதியத்திற்கு மேல் எம்.ஜி.ஆர் நடிக்கும் பணத்தோட்டம் படப்பிடிப்பை நடத்தினார். இரண்டு படங்களுமே பெரும் வெற்றி பெற்றன.
- ❖ தன் முக்தா பிலிம்ஸ் சார்பாக சிவாஜியை வைத்து நிறைகுடம், அருளோதயம், தவப்புதல்வன், அன்பைத் தேடி, அந்தமான் காதலி, இமயம், கீழ்வானம் சிவக்கும், பரீட்சைக்கு நேரமாச்சு, இருமேதைகள் என 9 படங்களை தயாரித்து இயக்கினார் இயக்குனர் முக்தா சீனிவாசன் அவர்கள். தொடர்ந்து 65க்கும் மேற்பட்ட படங்களை இயக்கியுள்ளார்.

- ஜெயலலிதா, வெ.ஆடை. நிர்மலா, ஸ்ரீகாந்த், வெ.ஆடை. மூர்த்தி என நான்கு நடிகர்களை ஒரே நேரத்தில் தன் ‘வெண்ணிற ஆடை’ என்ற படத்தில் அறிமுகம் செய்தார் இயக்குனர் ஸ்ரீதர் அவர்கள்.

- கலைவாணர் முதல் முறையாக தயாரித்த ‘பைத்தியக்காரன்’, அண்ணா முதல் முறையாக கதை - வசனம் எழுதிய ‘நல்ல தம்பி’ நாகஷ் கதாநாயகனாக நடித்த ‘சர்வர் சுந்தரம்’ மு.க.முத்து அறிமுகமான ‘பிள்ளையோ பிள்ளை’ சிவாஜி அறிமுகமான ‘பராசக்தி’ பானுமதி அறிமுகமான ரத்னகுமார். எம்.ஆர் ராதா கதாநாயகனாக நடித்த ‘ரத்தக் கண்ணீர்’ போன்ற பல படங்களை இயக்கியவர்கள் கிருஷ்ணன் - பஞ்சு ஆவர்.

- ஜெயகாந்தன் எழுதிய நாவல்களான ‘சில நேரங்களில் சில மனிதர்கள்’ ‘ஒரு நடிகை நாடகம் பார்க்கிறாள்’ போன்ற வைகள் படமாக்கினார் இயக்குனர் பீம்சிங். இதில் சில நேரங்களில் சில மனிதர்கள் என்ற படம் நடிகை லட்சுமிக்கு தேசிய விருதைப் பெற்றதுத் தந்தது.

- நடிகை மனோரமாவை தனது ‘மாலையிட்ட மங்கை’ படத்தின் மூலம் 1958-ல் திரை உலகிற்கு அறிமுகம் செய்தார் கவிஞர் கண்ணதாசன் அவர்கள்.

- கல்லூரியில் படித்துக் கொண்டே கலையுலகில் காலடி வைத்த இயக்குனர், தயாரிப்பாளர் வி.சி. குகநாதன் அவர்கள் தன் 18வது வயதில் 1968, ஜேயார் மூவிஸ் தயாரித்து எம்.ஜி.ஆர் நடித்த ‘புதிய பூமி’ என்ற படத்திற்கு கதை - வசனம் எழுதினார்.

- கன்னடப் பட நடிகனாக கலை வாழ்க்கையைத் தொடங்கிய இயக்குநர், தயாரிப்பாளர் பி.ஆர். பந்தலு அவர்கள். சென்னைக்கு வந்து டி.ஆர். மகாலிங்கம் படக் கம்பெனியில் தயாரிப்பு நிர்வாகியாக வேலை பார்த்தார்.

- புகழ்பெற்ற ஒளிப்பதிவாளரான திரு மார்க்கஸ் பாட்லே 1940ல் ‘மும்மணிகள்’ என்ற படத்தின் மூலம் ஒளிப்பதிவாளராக திரையுலகில் அறிமுகமானார்.